4

புயலின் பெயர் சூ கீ

என். ராமகிருஷ்ணன்

கிழக்கு

Puyalin Peyar Suu Kyi

by *N. Ramakrishnan* ©

First Edition: September 2006

104 Pages

Printed in India.

ISBN 978-81-8368-178-0

Kizhakku - 163

Kizhakku, An imprint of
New Horizon Media Pvt. Ltd.,
No. 33/15, IInd Floor, Eldams Road,
Alwarpet, Chennai - 600 018.
Phone : 044 - 42009601/03/04
Fax : 044 - 43009701

Email : sales@kizhakku. in
Website : www. kizhakku. in

Publisher
Badri Seshadri
Chief Editor
Pa. Raghavan
Editor
Marudhan
Sr. Asst. Editors
Mugil
Sa.Na. Kannan
R. Muthukumar
Balu Sathya
Chief Designer
T. Kumaran
Designers
S. Kathiravan
Muthu Ganesan
E. Anandan

ஆயுதப் போராட்டத்தில் உங்களுக்கு நம்பிக்கை கிடையாதா?

இல்லை. ஆயுதப் புரட்சி மூலம் ஆட்சிக்கு வந்த எவருமே அதிக காலம் நீடித்தது கிடையாது. ராணுவத்தைக் கட்டிக் காக்கத் தெரிந்த எவருக்குமே மக்களைக் கட்டிக் காக்கத் தெரிந்த தில்லை.

– ஆங் ஸான் சூ கீ

(ஜூலை 1999-ல் ஒரு டச்சு பத்திரிகைக்கு அளித்த பேட்டியில்)

உள்ளே

1. விடைகளைத் தேடி

1991-ம் ஆண்டுக்கான நோபல் சமாதானப் பரிசை ஆங் ஸான் சூ கீ என்பவருக்கு வழங்கப்போவதாக நோபல் கமிட்டி அறிவித்தது. குழப்பம் தொடங்கி யது அங்கேதான்.

இப்படி ஒரு பெயரை பெரும்பாலானோர் கேள்விப் பட்டதே இல்லை.

'அது யாரப்பா இந்த ஆங் ஸான் சூ கீ?'

'தெரியவில்லை.'

'சரி. அவர் எந்த நாட்டைச் சேர்ந்தவர்?'

'பர்மா. அதாவது மியான்மர்.'

'ஆ. எங்கோ ஒரு பொந்தில் இருக்கும் சின்னஞ் சிறிய நாட்டுக்கு இத்தனை பெரிய அங்கீகாரமா?'

●

மியான்மர் கறுப்பா சிவப்பா என்றுகூட பலருக்குத் தெரிந்திருக்க நியாயமில்லை. அங்கு ஜனநாயக ஆட்சி நடக்கிறதா அல்லது ராணுவ ஆட்சியா? நோபல் பரிசைப் பெறும் தகுதி உண்மையிலேயே

இந்தப் பெண்மணிக்கு இருக்கிறதா? இவர் தேர்ந்தெடுக்கப் பட்டது எப்படி? அப்படி என்ன பெரிதாகச் சாதித்துவிட்டார் இவர்? எங்கே இருந்தார் இத்தனை காலத்துக்கு? திடீரென்று எங்கிருந்து குதித்தார்? வானத்திலிருந்தா?

தெரியவில்லை என்பதுதான் சரியான விடை.

பத்திரிகைகளும் தொலைக்காட்சி அமைப்புகளும் சுறுசுறுப் புடன் இயங்க ஆரம்பித்தன.

'சூ கீயைப் பற்றிய அனைத்து விஷயங்களையும் உடனடியாகத் தேடிக் கண்டுபிடித்து, தொகுக்க வேண்டும் இப்போதே!'

'நோபல் பரிசை வாங்க எப்படியும் அவர் வருவார். அப்போதே மடக்கிப் பேசிவிடலாம்!' என்றது நிருபர்கள் குழு.

•

நோபல் பரிசைப் பெற சூ கீ வரவில்லை.

'இப்போதாவது அவரை நேரில் பார்க்கலாம் என்று காத்திருந் தால், அவர் வரவில்லையே!'

அனைவருக்கும் பெருத்த ஏமாற்றம்.

'அவர் வரமாட்டார். அவரால் வரமுடியாது!' - என்றார் மியான் - மரின் பிரதிநிதி ஒருவர்.

'ஏன்?'

'அவரை தனிமைச் சிறையில் வைத்திருக்கிறார்கள். வெளி உலகத்தோடு அவர் தொடர்புக் கொள்ள முடியாது.'

'அவரைச் சிறையில் அடைத்தது யார்?'

'மியான்மர் அரசாங்கம்.'

•

சூ கீயைப் பற்றிய செய்திகள் ஒவ்வொன்றாக வெளிவரத் தொடங்கின.

அதிர்ந்தே போனது உலகம். இந்த நூற்றாண்டின் மகத்தான வீராங்கனை அல்லவா இவர்! இப்படி ஒரு வாழ்க்கை, ஒருவருக்கு சாத்தியம்தானா?

எத்தனை எத்தனை சோகங்கள், எத்தனை எத்தனை சறுக்கல்கள்! அத்தனையும் தாண்டி உறுதியுடன் எப்படி இவரால் புன்னகைக்க முடிகிறது? மியான்மர் விடுவிக்கப்பட வேண்டும் என்று எப்படி இவரால் சொல்ல முடிகிறது? எந்த தைரியத்தில்?

விடை கிடைத்தது. சூ கீ என்னும் ஆளுமை உருவாவதற்கு முக்கியக் காரணம் அவருடைய தந்தை ஆங் ஸான்.

2. பர்மாவின் தந்தை

1915-ம் ஆண்டு பிப்ரவரி மாதம் 13-ம் தேதி அன்று மத்திய பர்மாவிலுள்ள நட்மக் என்ற சிறிய நகரில் பிறந்தார் ஆங் ஸான். இவர்தான் கடைக்குட்டி. அவருடைய தந்தையார் ஊபா ஒரு வழக்கறிஞர். அவருடைய தாய்வழி முன்னோர்கள் பலர் ஆங்கிலேயருக்கு எதிராகப் போராடியவர்கள். அவர்களில் ஒருவர் ஆங்கிலேயர்களால் பிடிக்கப் பட்டு சிரச்சேதம் செய்யப்பட்டார்.

அந்தக் காலத்து பர்மாவில், பள்ளிகள் என்று தனியாக எதுவும் கிடையாது. குழந்தைகள் படிக்க வேண்டும் என்றால் புத்த மடாலயங்களில்தான் சேர வேண்டும். குழந்தைகளைச் சேர்க்கும் முறையே வித்தியாசமாக இருக்கும். பள்ளிக்குச் செல்லும் வயது வந்தவுடன், சிறுவர்களை வெள்ளைக் குதிரையில் ஏற்றி ஊர் முழுவதும் சுற்றி வருவார்கள். பிறகு அதே குதிரையில் உட்காரவைத்து மடாலயத்துக்குக் கொண்டு சென்று இறக்கிவிடுவார்கள். படிப்பு முடியும்வரை அங்கேதான் சாப்பாடு, தூக்கம், விளையாட்டு எல்லாம். கிட்டத்தட்ட நம்மூர் பள்ளிகளைப் போல்தான் மடாலயப் பள்ளிகளும். ஒரே ஒரு விதிவிலக்கு ஆங்கிலம். மருந்துக்குக்கூட ஆங்கிலம் சொல்லித்தர மாட்டார்கள்.

ஆங் ஸான் படித்தது இதுபோன்ற ஒரு மடாலயப் பள்ளியில் தான். அவருக்கு 13 வயதானபோது ஆரம்பக் கல்வி முடிந்து வீட்டுக்கு அனுப்பிவிட்டார்கள். மேற்கொண்டு படிக்க விரும்பினார் ஆங் ஸான். தனது விருப்பத்தை தனது தாயாரிடம் தெரிவித்தார்.

'அம்மா நான் மேற்கொண்டு படிக்க விரும்புகிறேன்.'

'அதான் படித்து முடித்துவிட்டாயே. இன்னமும்' எதற்குப் படிக்கவேண்டும்?'

'இது போதாது. யேனாங் யாங்கில் உள்ள தேசியப் பள்ளியில் சேர்ந்து மேல்படிப்பு படிக்கவேண்டும்.'

'அத்தனை தூரம் உன்னைத் தனியாக அனுப்பிவைக்க முடியாது.'

'எனக்கு எந்தப் பயமும் இல்லை. என்னால் தனியாகப் போய்வர முடியும்.'

'இல்லை, இது ஒத்துவராது ஆங் ஸான்.'

அதற்குப் பிறகு ஒரு வார்த்தையும் பேசவில்லை ஆங் ஸான். மாறாக, செயலில் இறங்கினார்.

'நீங்கள், என்னைப் பள்ளிக்கு அனுப்பும்வரை நான் சாப்பிடப் போவதில்லை.'

வேறு வழியில்லாமல் ஆங் ஸானைப் பள்ளிக்கூடத்தில் கொண்டுபோய்ச் சேர்த்தார்கள்.

ஆங் ஸான் படிப்பில் முதன்மையானவராக இருந்தேதோடு அரசியலிலும் தீவிர ஆர்வம் காண்பித்தார். இங்குதான் முதல் முறையாக எழுத்து அவரை வசீகரித்தது. பள்ளியின் மாணவர் பத்திரிகையை நடத்தும் வாய்ப்பும் கிடைத்தது.

1932-ம் ஆண்டில் பள்ளி இறுதி வகுப்பில் தேர்ச்சி பெற்றபின் ஆங் சாங், ரங்கூன் பல்கலைக்கழகத்தில் சேர்ந்தார். கல்லூரி மாணவர் சங்கத்தில், தீவிரமாகச் செயல்படத் தொடங்கினார். நாளடைவில், மாணவர் சங்கத்தின் நிர்வாகக் குழுவுக்குத் தேர்ந்தெடுக்கப்பட்டதோடு கல்லூரி மாணவர் சங்கம் நடத்தி வந்த இதழின் ஆசிரியராகவும் மாறினார்.

முதன்முறையாக ஆங் ஸான் கடும் சிக்கலைச் சந்திக்க நேர்ந்தது இந்த சமயத்தில்தான்.

மாணவர் இதழில் வெளியான கட்டுரை ஒன்று, கல்லூரி நிர்வாகத்தினரைக் கடுமையாக விமர்சிப்பதாக அமைந்திருந்தது. அதை எழுதிய மாணவர் பெயரைக் கூறும்படி ஆங் ஸானை கல்லூரி நிர்வாகம் நிர்ப்பந்தித்தது. ஆனால், அவர் மறுத்து விட்டார். அது பத்திரிகை தருமத்துக்கு விரோதமானது என்று ஆங் ஸான் திட்டவட்டமாகக் கூறிவிட்டார். கோபம் கொண்ட நிர்வாகம், ஆங் ஸானைக் கல்லூரியிலிருந்து வெளியேற்றியது. இது, மாணவர்களுக்கிடையே பெரும் கொந்தளிப்பை உண் டாக்கியது. அவர்கள் வேலை நிறுத்தத்தில் இறங்கினர்.

நாடு முழுவதிலுமிருந்த பத்திரிகைகள் மாணவர்களை ஆதரித் தன. இதர மாணவர்களும் அரசியல்வாதிகளும்கூட போராடும் மாணவர்களை ஆதரித்தனர். எனவே, அரசாங்கம் மாணவர் களின் கோரிக்கைகளைப் பரிசீலிக்கும்படி நிர்ப்பந்திக்கப் பட்டது. கல்லூரி முதல்வருக்கு பதவியிலிருந்து ஓய்வு கொடுக் கப்பட்டது. மாணவர்களின் பல கோரிக்கைகள் ஏற்றுக் கொள்ளப்பட்டன.

இப்போராட்டத்தினால், ஆங் ஸான் பெயர் நாடு முழுவதும் பரவியது. 1938-ம் ஆண்டு வாக்கில் அவர் அகில பர்மா மாண வர்கள் சங்கத்துக்கும் ரங்கூன் பல்கலைக்கழக மாணவர்கள் சங்கத்துக்கும் தலைவராகத் தேர்ந்தெடுக்கப்பட்டார். இதற் கிடையில் பட்டப்படிப்பில் தேர்ச்சி பெற்ற அவர், சட்டப் படிப்பிற்காகத் தன் பெயரைப் பதிவு செய்து கொண்டார்.

1938-ம் ஆண்டில் பல்கலைக்கழகத்தை விட்டு நீங்கிய ஆங் ஸான், 'பாசிச எதிர்ப்பு அமைப்பு' என்ற அமைப்பை உரு வாக்கினார். வெகு விரைவில் அவர் அந்த அமைப்பின் பொதுச் செயலாளராகவும் தேர்ந்தெடுக்கப்பட்டார். அத்துடன், அந்த அமைப்பின் முதல் பிரகடனத்தையும் அவர் தயாரித்தார்.

1938-39-ம் ஆண்டுகளில் பர்மா கொந்தளித்துக் கொண்டிருந் தது. எங்கு பார்த்தாலும் பிரச்னை. எதைத் தொட்டாலும் பிரச்னை. பெட்ரோலியத் தொழிலாளிகள் வேலை நிறுத்தத்தில் குதித்தனர். விவசாயச் சீர்திருத்தம் கோரி, ரங்கூன் விவசாயிகள் பேரணி நடத்தினர். பிரச்னைக்கான காரணம் என்ன, அதை எப்படிக் களைவது என்று பர்மிய அரசாங்கம்

உருப்படியாக உட்கார்ந்து யோசித்திருந்தால் நிலைமையை மாற்றியிருக்கலாம்.

ஆனால், அரசாங்கம் செய்ததோ வேறு. துப்பாக்கியை, கையில் எடுத்துக்கொண்டது.

மாணவர்கள் போராட்டத்தில் குதித்ததும் அப்போதுதான். வெறித்தனமாக நடத்தப்பட்ட துப்பாக்கிச் சூட்டில் ஒரு மாண வர் கொல்லப்பட்டார். அதைத் தொடர்ந்து நாடு முழுவதிலும் மாணவர் வேலை நிறுத்தம் தொடங்கியது.

பர்மியர்களுக்கும் இந்திய முஸ்லிம்களுக்கும் இடையில் வகுப்புக் கலவரம் மூண்டது. தொழிலாளர் வேலை நிறுத்தங்கள் பெரிய அளவில் தொடங்கின. மாண்டலே நகரில் நடைபெற்ற மாபெரும் ஆர்ப்பாட்டத்தில், காவல் துறையினர் துப்பாக்கிச் சூடு நடத்தி 17 பேரைக் கொன்று குவித்தனர்.

மொத்தத்தில், பூதாகரமாக வெடித்தது மக்கள் படை.

விளைவு? பா மா (Ba Maw) என்பவரைப் பிரதமராகக் கொண்ட அரசாங்கம் பதவியிலிருந்து வீழ்ந்தது.

இந்தக் காலகட்டத்தில்தான் ஆங் ஸான், மார்க்சியத்தின் தாக்கத் துக்கு ஆளானார். ஏற்கெனவே அங்கிருந்த வங்காளி மாணவர் கள் பலர், இந்தியப் புரட்சியாளர்கள் சிலரது தொடர்பால், மார்க்சியத்தை தங்கள் தத்துவமாக ஏற்றுக்கொண்டிருந்தனர். இப்பொழுது அவர்கள் அனைவரும் ஆங் ஸானை மையமாகக் கொண்டு பர்மிய கம்யூனிஸ்ட் கட்சியை நிறுவினர். 1940-ம் ஆண்டின் தொடக்கத்தில், ரங்கூனில் புறநகர் பகுதியான கமாயத் (Kamayut) என்ற இடத்தில், பேய் நடமாடும் வீடு என்று சொல்லப்படுகிற வீட்டில் பர்மிய கம்யூனிஸ்ட் கட்சி உரு வாக்கப்பட்டது. இதில் ஆங் ஸான், தாகின் சோ, தான் டுன், அமர் தே, ஹரி நாராயண் கோஷால் உள்ளிட்ட பலர் கலந்து கொண்டு கட்சியை உருவாக்கினர்.

ஆங் ஸான், கம்யூனிஸ்ட் கட்சியின் முதல் பொதுச் செய லாளராகத் தேர்ந்தெடுக்கப்பட்டார். கட்சியின் முதல் பணி என்ன தெரியுமா? பாட்டாளி வர்க்கப் பாதை (The Proletarian Path) என்னும் நூலை, பர்மிய மொழியில் மொழிபெயர்த்து விநி யோகித்ததுதான்.

அதே 1940-ம் ஆண்டு பிப்ரவரி மாதத்தில்; ஆங்கிலேய அரசாங்கம் பர்மா கம்யூனிஸ்டுகள் பலரை கைது செய்தது. ஆங் ஸானைக் கைது செய்ய உத்தரவு பிறப்பித்தது. ஆனால், அவர் பிடிபடாமல் தலைமறைவானார். தனது சக நண்பர்களுடன் சேர்ந்து விவாதித்தார். ஆயுதங்களைத் திரட்டி, ஆங்கிலேய ருக்கு எதிராக கெரில்லா போர் நடத்துவது என்று முடிவானது. அதற்கு, ஆங்கிலேயருக்கு எதிரான ஜப்பானை நாடுவதென் றும் முடிவு செய்தனர்.

ஆனால், பாசிஸ்ட் ஹிட்லரோடு கூட்டு சேர்ந்திருந்த ராணுவ வெறி கொண்ட ஜப்பான், வேறு ஒரு சதித்திட்டம் தீட்டிவந்தது. ஆங்கிலேயர்களை பர்மாவிலிருந்து விரட்ட - பர்மாவின் தேசபக்த சக்திகளுக்கு ஆயுதமளிப்பது; அந்தக் காரியம் முடிந்த வுடன் அதே தேசபக்த சக்திகளை கடுமையாக ஒடுக்கி, பர்மாவை தனது அடிமை நாடாக வைத்துக்கொள்வது.

ஜப்பானுடன் கூட்டு சேரக்கூடாதென்று கம்யூனிஸ்டுகள் எதிர்த் தனர். பாசிஸ்டுகள் மிகக்கொடூரமானவர்கள், அவர்கள் ஜன நாயகத்தின் மோசமான எதிரிகள் என்றெல்லாம் எடுத்துக் கூறினர். ஆனால், ஆங் ஸான் எதையும் காதில் போட்டுக்கொள்ள வில்லை. இதனால், அவருக்கும் கம்யூனிஸ்டுகளுக்கும் இருந்த தொடர்பு முறிந்துபோனது.

யார் உதவி செய்தாலும் அதை ஏற்க வேண்டுமென்பது ஆங் ஸானின் வாதம். எதிர்ப்புகளைப் பொருட்படுத்தாமல் ஜப்பா னுக்கு ரகசியமாகச் சென்றார். ஜப்பானிய ராணுவம் அவ ருடைய குழுவினருக்கு ஆயுதப் பயிற்சி அளித்தது. இந்தக் குழுவினரையும் வேறு சிலரையும் கொண்ட ‘பர்மா சுதந்தர ராணுவம்’ (BIA) உருவாக்கப்பட்டது. ஜப்பான் ராணுவம் பர்மாவுக்குள் நுழையும்போது இந்தப் படையும் நுழைய வேண்டுமென்பது அவர்கள் திட்டம்.

ஜப்பானியப் படைகள் பர்மாவுக்குள் நுழைந்தபோது பர்மா சுதந்தர ராணுவமும் உள்ளே புகுந்தது. ஜப்பானியர் உள்ளே புகுந்தவுடன், ஆங்கிலேயப் படைகள் இந்தியாவுக்கு ஓட்டம் பிடித்தன. ஜப்பானியப் படைகள் அதிகாரத்தைப் பிடித்தன. பர்மிய மக்கள் தாங்கள் விடுதலை பெற்றதாகவே மகிழ்ந்தனர். ஆனால், ஜப் பானிய ராணுவ வெறியர்களின் ஆட்சி எப்படிப்பட்டது என்பதை விரைவிலேயே அவர்களால் புரிந்துகொள்ள முடிந்தது.

ஜப்பானிய ராணுவ போலீஸ் மற்றும் ராணுவத்தின் சித்ரவதை, கொடுமைகள், கட்டாய உழைப்பு, கட்டாயமாக ராணுவத்தில் சேர்க்கப்படுவது போன்ற பல இன்னல்களை அவர்கள் எதிர் கொள்ள வேண்டியிருந்தது. அது, பர்மாவை தன் அடிமை நாடு போன்று நடத்த ஆரம்பித்தது. இதனால் ஜப்பானியர் மீது பர்மிய மக்களுக்கு வெறுப்பு அதிகரித்தது.

ஆங் ஸான் அப்போது ராணுவத்தில் பெரிய பதவியில் இருந் தார். ஜப்பான் இப்படி எதிர்மறையாக நடந்துகொண்டதைக் கண்ட அவர் ஏமாற்றமடைந்தார். ஆனால், உடனடியாக அடுத்தகட்ட நடவடிக்கை குறித்து திட்டமிடத் தொடங்கினார். தனது நம்பகமான தலைவர்களின் உதவியுடன், ஜப்பானிய ஆக்ரமிப்பை எதிர்த்து, அதிரடித் தாக்குதல் தொடுக்க திட்டமிட்டார்.

ஆனால், அதற்குள் ஆங் ஸான் கடுமையாக நோய்வயப் பட்டார். ரங்கூனிலுள்ள பொது மருத்துவமனையில் அவர் சேர்க்கப்பட்டார். அங்கே நர்ஸாகப் பணியாற்றிய தா கின் கீ என்பவர், ஆங் ஸானை, கண்ணும் கருத்துமாகக் கவனித்துக் கொண்டார். இந்த நெருக்கம் காதலாக மாறியது. சில வாரங்கள் கழித்து இருவரும் திருமணம் செய்து கொண்டனர். இவர்களுக்கு இரண்டு மகன்களும் இதற்கடுத்து 1945-ம் ஆண்டு ஜூன் மாதம் 19-ம் தேதி ஒரு மகளும் பிறந்தனர். தங்கள் மகளுக்கு ஆங் ஸான் சூ கீ என்று பெயரிட்டனர்.

நோயிலிருந்து குணமடைந்த ஆங் ஸான், உள்நாட்டு அரசியல் சக்திகளைத் திரட்டி, ஜப்பானியப் படைகளை விரட்டியடிக்க தக்க தருணத்தை எதிர்பார்த்துக் கொண்டிருந்தார். 1945-ம் ஆண்டில் சோவியத் செஞ்சேனை, ஹிட்லருடைய பாசிசப் படைகளை நொறுக்கி அழித்து வந்த நேரத்தில், தென்கிழக்கு ஆசியப் பகுதியில் நேச நாட்டுப் படைகள் ஜப்பானியப் படைகளை விரட்ட ஆரம்பித்தன.

அதே நேரம் மார்ச் மாதம் 27-ம் தேதி, ஆங் ஸான் தலைமையில் ஜப்பானியரை விரட்டும் எழுச்சித் தொடங்கியது. இந்தச் சமயத்தில் நேச நாட்டுப் படைகளும் ஐராவதி ஆற்றைக் கடந்து பர்மாவுக்குள் புக ஆரம்பித்தன. ஆங் ஸானுக்கும், நேச நாட்டுப் படையைச் சேர்ந்த ஸ்லிம் என்பவருக்கும் இடையே உடன்பாடு ஏற்பட்டு, இரு படைகளும் சேர்ந்து ஜூன் மாத

நடுவில் ஜப்பானியப் படைகளை தோல்வியுறச் செய்து ஓடச் செய்தன.

ஆங் ஸான் ஏற்கெனவே உருவாக்கியிருந்த 'பாசிச எதிர்ப்பு அமைப்பு' என்பது தற்போது பல்வேறு சமூக, அரசியல் சக்திகளை மேலும் ஈர்த்து, 'பாசிச எதிர்ப்பு மக்கள் சுதந்தரக் கழகம்' (Anti Fascist People's Freedom League) என்ற பரந்துபட்ட அமைப்பாக உருப்பெற்றது.

ஆங் ஸானின் செல்வாக்கு பன்மடங்கு அதிகரித்ததால் அவர் பர்மிய மக்களின் தேசத் தலைவராகவே கருதப்பட்டார்.

3. பர்மாவை உலுக்கிய கொலை

தேசத் தலைவராக ஆங் ஸான் உருவாகிக்கொண்டு இருந்த அதே சமயம், அவரை எப்படியாவது ஒழித்துக்கட்ட வேண்டும் என்று கங்கணம் கட்டிக் கொண்டு செயல்பட்டுக்கொண்டிருந்தது ஒரு கூட்டம்.

ஆங்கிலேயர்கள் மீண்டும் பர்மாவைப் பிடித்த தும், அவர்களுக்குத் தொடர்ந்து விசுவாசமாக இருந்து வந்த பர்மிய அதிகாரிகளும் சுயநல சக்திகளும்தான் அவர்கள்.

சரி, ஒரு முக்கியத் தலைவரை எப்படி அழிப்பது? ஒரு யோசனை தோன்றியது. முதல் காரியமாக, ஆங் ஸானின் கழகத்துக்குத் தடை விதித்தனர். இரண்டாவதாக, ஆங் ஸானை ஒரு கொலையில் சம்பந்தப்படுத்தி கைது செய்ய வேண்டுமென்று ஆங்கிலேய அரசாங்கத்தை வற்புறுத்தினர். ஆனால் ஆங்கிலேய அரசாங்கம், ஆங் ஸானைச் சீண்டுவதற்குப் பயந்தது. அவரைக் கைது செய்தால் பர்மாவில் பெரும் கொந்தளிப்பு ஏற்படும் என்று அவர்களுக்குத் தெரியும்.

1945-ம் ஆண்டு, மே மாதத்தில், இங்கிலாந்து அர சாங்கம் பர்மா குறித்து ஒரு வெள்ளை

அறிக்கையை வெளியிட்டது. அந்த அறிக்கையின் சாராம்சம் இதுதான். பர்மா, மூன்றாண்டுகளுக்கு ஆங்கிலேய ஆட்சியின் கீழ் இருக்கும். அதைத் தொடர்ந்து பர்மிய கவுன்சில் மற்றும் சட்டமன்றம் உருவாக்கப்படும். அதன்பின் அனைத்துக் கட்சிகளுக்கும் ஏற்புடைய ஒரு அரசியல் சட்டம் உருவாக்கப் படும். இறுதியில், பர்மாவுக்கு குடியேற்ற நாட்டு அந்தஸ்து (Dominian Status) அளிக்கப்படும்.

ஒரு வஞ்சக அம்சத்தையும் இந்த அறிக்கையில் புகுத்தியது இங்கிலாந்து. அதாவது, பர்மாவின் மலைப் பகுதி மற்றும் எல்லைப் பகுதியில் இருக்கும் மக்கள், பர்மாவின் இதர பகுதியினரோடு இணைந்திருக்க விரும்பவில்லை என்றால், இந்த ஏற்பாட்டின் கீழ் அவர்கள் வரமாட்டார்கள்.

எதிர்பார்த்ததைப் போலவே ஆங் ஸான் தலைமையிலான கட்சி இந்த அறிவிப்பை ஏற்றுக்கொள்ளவில்லை. பர்மிய நாட்டை பிரதிநிதிப்படுத்துவது தங்கள் கட்சிதான் என்றும், ராணுவ நிர்வாகத்தை அகற்றி அந்த இடத்தில் ஒரு தேசிய இடைக்கால அரசாங்கத்தை உருவாக்க தாங்கள் அனுமதிக்கப்படவேண்டும் என்றும், ஆங் ஸானும் இதர தலைவர்களும் பர்மாவின் ஆங்கிலேய ஆளுநரிடம் தெளிவாகக் கூறினர்.

1946-ம் ஆண்டு செப்டம்பர் மாதம் பழைய ஆளுநர் கவுன்சில் கலைக்கப்பட்டு புதிய நிர்வாகக் குழு உருவாக்கப்பட்டது. ஆங் ஸான்,, புதிய நிர்வாகக் கவுன்சிலின் உதவித் தலைவராக நியமிக்கப்பட்டார். பாதுகாப்பு மற்றும் அயல்நாட்டுத் துறை அவருக்கு அளிக்கப்பட்டது. அதே ஆண்டு டிசம்பர் மாதத்தில், இங்கிலாந்து அரசு ஆங் ஸானை பேச்சுவார்த்தைக்கு அழைத்தது.

1947-ல் ஆங் ஸான் தலைமையில் ஒரு பிரதிநிதிகள் குழு லண்டனுக்குச் சென்று இங்கிலாந்து அரசுடன் பேச்சு வார்த்தை நடத்தியது. ஆங் ஸான்-கிளமெண்ட் அட்லி உடன்பாடு ஏற்பட்டது அப்போதுதான். இதன்படி ஆங் ஸான், பர்மாவின் சிறுபான்மை இனக் குழுக்களையும் எல்லைப் பகுதி மக்களின் பிரதிநிதிகளையும் சந்தித்துப் பேசி உடன்பாடு கண்டார். பர்மாவின் இடைக்கால அரசாங்கத்துடன் ஒத்துழைப்பதன் மூலம்தான், தங்களுடைய சுதந்தரத்தை விரைவில் பெற

முடியும் என்று ஸான்களும், கச்சின்களும், சின்களும் முடிவுக்கு வந்தனர்.

அதே ஆண்டு ஏப்ரலில் தேர்தல் நடைபெறுவதாக இருந்தது. அதற்காக ஆங் ஸான் நாடு முழுவதும் சுற்றுப்பயணம் செய்தார். மக்கள் பெருமளவில் திரண்டு அவருக்கு ஆதரவு தெரிவித்தனர். தேர்தலில் வென்றது ஆங் ஸான்தான். அதைத் தொடர்ந்து அதிகார மாற்றத்துக்கான ஏற்பாடுகள் தொடங்கின.

மே மாதத்தில் நடைபெற்ற சிறப்பு மாநாட்டில் தங்களுடைய சுதந்தர கொள்கையை ஆங் ஸான் கட்சி வெளியிட்டது. அத்துடன் பின்னாளில் பர்மா ஒன்றியம் (Burma Union) என்றழைக்கப்பட்ட சுதந்தர இறையாண்மை பொருந்திய குடியரசின் அரசியல் சட்டத்தை உருவாக்க ஆங் ஸான் உள்ளிட்ட பலரைக் கொண்ட குழு ஒன்று நியமிக்கப்பட்டது.

மக்களிடையே, ஆங் ஸானுக்கு ஆதரவு பெருகிக்கொண்டே இருந்தது. இனியும் அவரை உயிருடன் விட்டு வைத்தால் ஆபத்து என்று சதிகாரர்களுக்குத் தெரிந்து போனது. ஆங் ஸானையும் அவரது கட்சியின் முக்கியத் தலைவர்களையும் கொன்றுவிட்டு, ஆட்சியைப் பிடிக்கவேண்டும் என்பது அவர்களுடைய கனவு.

திட்டத்தை நிறைவேற்ற ஜூன் 19-ம் தேதியைத் தேர்ந்தெடுத்தனர். வழக்கம்போல் அரசாங்க நிர்வாகக் கூட்டம் நடந்து கொண்டிருந்தது. ஆங் ஸான்தான் தலைமை. திடீரென்று இயந்திரத் துப்பாக்கிகளோடு ஒரு கும்பல் உள்ளே புகுந்தது. பாதுகாப்பு என்று தனியாக எதுவும் கிடையாது என்பதால், வெகு சுலபமாக இவர்களால் உள்ளே நுழைய முடிந்தது. அனைவரும் அதிர்ச்சியில் உறைந்துபோயிருந்த அதே சமயம், சரமாரியாக சுடத் தொடங்கினர். ஆங் ஸான், ஆறு நிர்வாகக் குழு உறுப்பினர்கள், உயர் அரசாங்க அதிகாரி, ஆங் ஸானின் சகோதரன் பாவின், ஆங் ஸானின் உதவியாளர் உள்ளிட்ட அனைவரையும் சுட்டுத் தள்ளினார்கள். அந்த இடமே ரத்த வெள்ளமாகக் காட்சிஅளித்தது.

கொலையாளிகள் தப்பிவிட்டனர் என்றாலும், அவர்களை ஏவி விட்டவன் சா (Saw) என்பதைக் கண்டுபிடித்துவிட்டனர்.

அவனை உடனடியாகக் கைது செய்து விசாரணை செய்தார்கள். தூக்கு தண்டனையும் விதிக்கப்பட்டது.

1948-ம் ஆண்டு ஜனவரி 4-ம் தேதி, பர்மாவுக்குச் சுதந்தரம் கிடைத்தது. பாசிச எதிர்ப்பு மக்கள் சுதந்தரக் கழகத்தின் மூத்த உறுப்பினரும் கொலை செய்யப்படாமல் தப்பியவருமான ஊ நு சுதந்தர பர்மாவின் முதல் பிரதமராகப் பதவியேற்றார்.

பர்மாவின் சரித்திரம் மாறத் தொடங்கியது.

4. சிங்கத்தின் குட்டி

ஆங் ஸானின் மறைவினை அடுத்து இரண்டு மகன்களையும், ஒரு மகளையும் வளர்க்கும் பொறுப்பு அவரது மனைவி தா கின் கியிடம் சென்றது. பர்மிய மக்கள் ஆங் ஸானிடம் கொண்டிருந்த அன்பும் அவருக்குச் செலுத்திய மரியாதையும், தா கீன் கீக்கு மனத்தெம்பையும் நம்பிக்கையையும் அளித்தது. ஆங் ஸானின் நண்பர்களும் அவ்வப்போது அவர் இல்லத்துக்கு வந்து ஆறுதல் கூறி வந்தனர். மூன்று குழந்தைகளையும் கொஞ்சி மகிழ்ந்தனர்.

தா கின் கீ பொதுநலத்தொண்டில் கவனம் செலுத்தத் தொடங்கினார்.

சில வருஷங்களில் தா கின் கீயும் குடும்பத்தினரும் மற்றொரு துயரத்தைத் தாங்கிக்கொள்ள வேண்டியிருந்தது. அவருடைய வீட்டுக்கருகில் உள்ள குளத்தில் விளையாடிக் கொண்டிருந்த அவரது இளைய மகன் ஆங் ஸான் லின் குளத்தில் மூழ்கி மரணமடைந்தார்.

அப்போது, சூ கீ கத்தோலிக்க ஆங்கிலப் பள்ளியில் படித்து வந்தார்.

பர்மாவின் சுதந்திர அரசாங்கம் தா கீன் கீயை சமூகநல திட்ட இயக்குநராக நியமனம் செய்தது. அவர், தன் அலுவலகப் பணிகளுக்கிடையே தன் மூத்த மகன் ஆங் ஸான் ஊவையும் மகள் சூ கீயையும் வளர்ப்பதில் ஆர்வம் காண்பித்தார். அவர்களுடைய தந்தையின் தியாகத்தை, திரும்பத் திரும்ப நினைவூட்டுவார். அவர்கள் பர்மிய அரசாங்கத்துக்கும் மக்களுக்கும் ஆற்ற வேண்டிய கடமைகளைத் திரும்பத் திரும்ப வலியுறுத்துவார். புத்தமதக் கோட்பாடுகளை அவர்கள் இருவருக்கும் போதிப்பார். பர்மாவின் சமூக, கலாசார, தார்மீகப் பண்புகளின் அடிப்படையில் அவர்களை வளர்த்தார்.

1961-ம் ஆண்டில் ஊ நு-வின் அரசாங்கம் தா கீன் கீயை இந்தியாவுக்கான பர்மாவின் தூதுவராக நியமனம் செய்தது. தனது மகளுடன் டெல்லிக்கு வந்த அவர், அங்குள்ள உயர்நிலைப் பள்ளி ஒன்றில் சூ கீயை சேர்த்துவிட்டார்.

உயர்கல்வியை முடித்த சூ கீ, லேடி ஸ்ரீராம் கல்லூரியில் சேர்ந்து பட்டப்படிப்பு படித்தார். 1964-ம் ஆண்டில் பட்டம் பெற்ற அவர், இங்கிலாந்தில் உள்ள ஆக்ஸ்போர்ட் பல்கலைக்கழகத்துக்குச் சென்றார். அங்குள்ள செயின் ஹுக்ஸ் கல்லூரியில் தத்துவத்தில் இளங்கலைப் பட்டம் பெற்று, 1967-ம் ஆண்டில் அரசியல் மற்றும் பொருளாதாரத்தில் இளங்கலை பட்டம் பெற்றார்.

அவர் இங்கிலாந்திலிருந்த காலத்தில், கோர் பூத் பிரபுவும் அவருடைய மனைவியாரும் சூ கீயின் இங்கிலாந்து பெற்றோரா யிருந்தனர். கோர் பூத் பிரபு என்பவர், முன்பு பர்மாவில் இங்கிலாந்தின் தூதராகவும், இந்தியாவில் இங்கிலாந்து ஹை கமிஷன ராகவும் இருந்தவர். ஆங் ஸான் குடும்பத்துக்கு நன்கு அறிமுக மானவர்.

இந்த வீட்டில்தான் சூ கீ, திபெத்திய நாகரீகம் குறித்து ஆய்வு செய்துவந்த மாணவரான மைக்கேல் ஏரிஸை முதன்முறையாகச் சந்தித்தார். காலப்போக்கில் இருவருக்கும் இடையே காதல் மலர்ந்தது.

லண்டனில் இளங்கலை பட்டம் பெற்றதும், சூ கீ நியூ யார்க் நகருக்குச் சென்றார். அங்கே, ஐ.நா. சபையின் ஊழியரும், பர்மாவைச் சேர்ந்தவருமான மா தான் இயினுடைய குடும்பத் துடன் தங்கினார். அந்தச் சமயம், பர்மாவைச் சேர்ந்த, யூ தாண்ட் ஐ.நா. சபையின் பிரதம செயலாளராக (Secretary General) இருந்தார்.

சூ கீக்கு ஐ.நா. அமைப்பில் ஒரு வேலை கிடைத்தது. எனவே, அவர் மேற்படிப்பு படிக்க வேண்டும் என்ற எண்ணத்தைக் கைவிட்டு, ஐ.நா. செயலகத்தில் நிர்வாகம் மற்றும் வரவு-செலவு திட்டமிடல் ஆலோசனைக் குழுவின் உதவிச் செயலாளரானார்.

அதே நேரத்தில், அவர் சமூக சேவையிலும் ஈடுபட்டார். மாலை நேரங்களிலும், வார விடுமுறை நாள்களிலும் மருத்துவமனை களுக்குச் சென்று நோயாளிகளுக்கு செய்தித்தாள்கள் படித்து காண்பிப்பது, ஆறுதல் கூறுவது போன்ற சேவைகளைச் செய்தார்.

சூ கீ-மைக்கேல் ஏரிஸ் காதல் கனிந்து, 1972-ம் ஆண்டு ஜனவரி முதல் தேதியன்று லண்டனில் அவர்கள் திருமணம் நடை பெற்றது. மைக்கேல் ஏரிஸ், பூடான் ராஜ குடும்பத்தின் ஆசிரியராகவும் மொழிபெயர்ப்புத் துறையின் தலைவராகவும் நியமிக்கப்பட்டார். சூ கீ, பூடான் வெளியுறவுத்துறை அமைச் சகத்தில் ஆராய்ச்சி அதிகாரியாக நியமிக்கப்பட்டார்.

1973-ம் ஆண்டு பிரசவத்துக்காக சூ கீயும் ஏரிஸூம் லண்டன் சென்றனர். மூத்த மகன் அலெக்ஸாண்டர் பிறந்தது அங்கேதான். 1974-ல் ஏரிஸூக்கு ஆக்ஸ்போர்ட் பல்கலைக்கழகத்தில் திபெத்திய மற்றும் இமாலய ஆய்வுப் பணி கிடைத்தது. 1977-ம் ஆண்டில் சூ கீ இரண்டாவது மகனைப் பெற்றெடுத்தார். அவன் பெயர் கிம்.

சூ கீ தன் பிள்ளைகளை வளர்த்துக்கொண்டே, தனது தந்தை ஆங் ஸானின் வாழ்க்கை வரலாறை எழுத ஆர்வம் கொண்டு ஆராய்ச்சி செய்யத் தொடங்கினார். தன் கணவரின் ஆய்வுகளிலும் உதவி னார். 1984-ம் ஆண்டில் ஆசியத் தலைவர்கள் வரலாறு என்ற தொடர் வரிசையில் ஆங் ஸானின் வரலாறு வெளிவந்தது. பின்னர் 1985-ம் ஆண்டில், இளம் வாசகர்களுக்காக சூ கீ, பர்மாவுக்குச் செல்வோம் என்ற நூலையும், நேபாள், பூடான் குறித்தும் புத்தகங்களை எழுதினார்.

1985-86-ம் ஆண்டுகளில் சூ கீ, ஜப்பானில் உள்ள கியாடோ பல்கலைக்கழகத்தின் தென் கிழக்கு ஆசிய ஆய்வுகளுக்கான மையத்தில் தன்னை ஆராய்ச்சி மாணவராகப் பதிவு செய்து கொண்டார். தனது தந்தை ஆங் ஸான் ஜப்பானிலிருந்த காலம் குறித்து ஆராய்ச்சியும் செய்தார். அப்போது அவருடைய இரண்டாவது மகன் கிம் அவருடனிருக்க, மூத்த மகன் அலெக் ஸாண்டர் தந்தையுடன் இருந்தான்.

1986-ம் ஆண்டில் சிம்லாவில் உள்ள மேம்பட்ட ஆய்வுகளுக்கான இந்தியக் கழகத்தில் (Indian Institute of Advanced Studies) ஏரிஸ் ஆராய்ச்சி மாணவராக சேர்ந்தார். அதே கழகத்தில் சூ கீயும் ஆராய்ச்சி மாணவராக இணைந்துகொண்டார்.

இந்த சமயத்தில் சூ கீயின் தாயாருக்கு, லண்டனில் கண் புரை அறுவை சிகிச்சை செய்யப்பட வேண்டியிருந்ததால், சூ கீயும் லண்டனுக்குப் பயணமானார். ஒரு சில மாதங்களில் அவருடைய குடும்பமும் அவருடன் இணைந்துகொண்டது. கிழக்கிந்திய மற்றும் ஆப்பிரிக்க ஆய்வுகளுக்கான பள்ளியில் (London School of Orientation and African Studies), உயர் பட்டத்துக்காக தன்னைப் பதிவு செய்துகொண்டார்.

எத்தனையோ பணிகள் குவிந்துகிடந்தாலும், பர்மா குறித்த ஒவ்வொரு தகவலையும் உன்னிப்பாகக் கவனித்துக்கொண்டிருந் தார் சூ கீ. அரசியல் நிலைமை மோசமடைந்து வருவதையும் மக்கள் பல்வேறு போராட்டங்களில் ஈடுபட வேண்டியிருப்பதை யும் கண்டார். எந்த நாட்டின் சுதந்தரத்துக்காக தன் தந்தை உயிர்த் தியாகம் செய்தாரோ அதே நாட்டில் மக்கள் ஜனநாயக உரிமைகள் மறுக்கப்பட்டு, ஒடுக்கப்பட்டு வருவதையும் கண்டு அவர் மனம் துடித்தது. என்றாவது ஒரு நாள் தானும் பர்மாவுக்குச் சென்று அந்தப் போராட்டத்தில் கலந்துகொள்ள வேண்டியது அவசியம் என்று நினைத்துக்கொண்டார்.

இந்தச் சிந்தனை உதித்ததுமே தன் கணவரிடம் பேசினார் சூ கீ.

'ஒரே ஒரு விஷயத்தை மட்டும் நான் உங்களிடம் கேட்கிறேன். என்னுடைய மக்களுக்கு நான் தேவைப்பட்டால், அவர்களுக்கு என்னுடைய கடமையைச் செய்ய நீங்கள் உதவி புரிய வேண்டும்.'

'நிச்சயம்!' என்றார் ஏரிஸ்.

ரங்கூனில் இருந்து அப்போது, ஓர் அவசரத் தொலைபேசி அழைப்பு வந்தது. அது, அவரது வாழ்க்கையை அடியோடு மாற்றியது.

5. மியான்மர் அழைக்கிறது

அந்தத் தொலைபேசி அழைப்பு வந்தது 1988-ம் ஆண்டு, மார்ச் 31-ம் தேதி. தெரிவிக்கப்பட்ட செய்தி இதுதான். 'உங்களுடைய தாயாருக்கு மாரடைப்பு ஏற்பட்டு மருத்துவமனையில் அனுமதிக்கப் பட்டுள்ளார். நிலைமை கவலைக்கிடமாக இருக் கிறது.'

உடனடியாக ரங்கூன் விரைந்தார் சூ கீ. மூன்று மாதங் கள் மருத்துவமனையிலேயே இருந்து அத்தனை பணிவிடைகளையும் செய்தார். ஆனால் அவ ருடைய உடல்நிலை தேறுவது சிரமம் என்று மருத்து வர்கள் கைவிரித்துவிட்டனர். சூ கீ தன் தாயாரை பல் கலைக்கழகச் சாலையில் இருந்த தனது இல்லத் துக்கே கொண்டுவந்து கவனிக்கத் தொடங்கினார். வருஷாந்திர விடுமுறையை ஒட்டி தனது குடும்பத் தினருடன் ரங்கூன் வந்து சேர்ந்தார் சூ கீ.

அப்போது, பர்மா கொந்தளித்துக்கொண்டிருந்தது. ராணுவ ஆட்சியாளரான நீ வின்னுக்கு எதிராகப் பெரும் போராட்டங்கள் வெடித்துகொண்டிருந்தன. சூ கீயைக் காண தினமும் மக்கள் வந்தவண்ணம் இருந்தனர். தம்முடைய குறைகளையும் சூ கீயுடன் பகிர்ந்துகொண்டனர்.

சூ கீ யோசித்தார். இனியும் ஒதுங்கியிருப்பதில் பயனில்லை. போராட்டத்தில் குதித்துவிட வேண்டியதுதான்!

ஆங் ஸான் சுட்டுக்கொல்லப்பட்டது முதல் அன்றுவரை நடந்துள்ள பர்மிய நிகழ்ச்சிப் போக்குகளை அவர் ஒரு முறை தொகுத்துப் பார்த்தார்.

•

அப்படி ஒன்றும் தரித்திர பூமியல்ல மியான்மர். நில வளம், கனிம வளம், மண்ணெய் வளம் அத்தனையும் உண்டு. வைர, வைடூரியங்கள் கொட்டிக்கிடக்கின்றன. மொத்தப் பரப்பளவு 6,76,552 கி.மீ. வடக்கில் சீனா, மேற்கில் இந்தியா, வங்காள தேசம். கிழக்கில் தாய்லாந்து, லாவோஸ். ஜீவநாடியாக ஐராவதி ஆறு. வடக்கே கச்சின் மலைகளிலிருந்து தோன்றி 2 ஆயிரம் கிலோ மீட்டருக்கு தங்கு தடையில்லாமல் ஓடிக்கொண்டிருக்கிறது ஐராவதி. இந்தியாவில் இருப்பதைப் போன்ற தட்ப வெப்ப நிலைதான் அங்கும்.

மியான்மர் ஏழு மாநிலங்களாகவும் ஏழு பிரிவுகளாகவும் பிரிக்கப்பட்டுள்ளது. பிரதான தேசிய இனம் பர்மிய இனம். சின்கள், கச்சின்கள், கரேன்கள், கயாக்கள், மான்கள் (Mon), அரக்கானியர்கள் மற்றும் ஷான்களும் உள்ளனர். இவர்கள் பழங்குடி இனத்தைச் சேர்ந்தவர்கள். சின்கள் இந்தியாவின் வடகிழக்குப் பகுதியிலுள்ள பழங்குடி இனக்குழுவினரான மிசோக்களுடன் இன ரீதியாகவும் மொழி அடிப்படையிலும் தொடர்பு உடையவர்கள்.

மியான்மரின் இயற்கை எழில் கொஞ்சும் அடர்ந்த காடுகள்தான் அதன் பொருளாதார ஊற்று. பல்வேறு பகுதிகளில் அபரிமிதமாக வளர்ந்திருக்கும் தேக்குமரத்தை இதற்கு உதாரணமாகச் சொல்லலாம். மரச்சாமான்கள் செய்வதற்கும், கட்டடங்கள் மற்றும் கப்பல்கள் கட்டுவதற்கும் பெரிதும் தேவைப்படும் தேக்கு, மியான்மரிலிருந்தே ஏற்றுமதியாகின்றது.

உணவுப் பொருள்களில் பிரதானமானவை நெல், கரும்பு, நிலக்கடலை, மக்காச்சோளம் மற்றும் எள். தவிர, தினை, சாமை வகைகள், புகையிலை, பருத்தி, ரப்பர் போன்றவையும் அதிகமாக உற்பத்தியாகின்றன. பருவ மாற்றத்துக்கு ஏற்றவாறு வகை வகையாகப் பழங்கள் கிடைக்கும். குறிப்பாக, ஷான்

மாநிலத்தில் தேயிலை அதிகமாக உற்பத்தி செய்யப்படுகின்றது. அதேபோல் சின் மலைக்குன்றுப் பகுதியில், காப்பிச் செடி உற்பத்தி அதிகம்.

இவை மட்டுமா? மியான்மரின் மையப் பகுதியில் பெட்ரோல் கிடைக்கிறது. அதே போல், நிலக்கரி, ஈயம் மற்றும் துத்தநாகப் படிவங்களும் வெள்ளியும் ஏராளமாக உள்ளன.

•

மியான்மரின் வரலாறு மத்திய ஆசியாவிலிருந்து 'மான்' என்றழைக்கப்படும் மக்கள் கூட்டம் அந்நாட்டிற்குள் வந்ததிலிருந்து தொடங்குகிறது. அது அநேகமாக, கி.மு. 2500-லிருந்து 1500-க்கு இடைப்பட்ட காலமாகும். இந்த மக்கள் கூட்டத்தினர் தாய்லாந்தின் சில பகுதிகளிலும், மியான்மரின் ஐராவதி ஆற்றுப் பகுதிகளிலும் தங்கினர். விவசாயத்தையும் ஆடு மாடுகளை வளர்ப்பதையும் அடிப்படைத் தொழிலாகக் கொண்டிருந்த இந்த மக்கள் கூட்டத்தின் மீது, இந்தியக் கலாசாரமும் இந்திய மதங்களும் தாக்கம் செலுத்தத் தொடங்கின.

குறிப்பாக, இந்து மதமும் புத்த மதமும் இந்தப் பகுதியினரிடம் பெரும் செல்வாக்கு பெறத் தொடங்கின. காலப்போக்கில் புத்தமதம், பெரும்பாலானோர் ஏற்றுக்கொண்ட மதமாகத் திகழ்ந்தது.

இரண்டு முக்கியப் பிரிவுகளைக் கொண்டிருந்தது புத்த மதம். 'மகாயானம்' (முக்தி பெறுவதற்கான பெரிய வாகனம்) மற்றும் 'ஹீனயானம்' (சிறிய வாகனம்). இந்த இரு பிரிவுகளில் இரண்டாவதாகச் சொல்லப்பட்ட ஹீனயானம் பிரிவைத்தான் மியான்மர் மக்கள் பின்பற்றுகிறார்கள்.

மான் இனக்குழு மக்கள் மியான்மருக்குள் வந்து சேர்ந்த சிறிது காலத்துக்கு பிறகு திபெத்திய-பர்மன்கள் என்றழைக்கப்படும் மக்கள், மியான்மரின் வடக்குப் பகுதியிலிருந்து வர ஆரம்பித்தனர். இவர்கள் 'பைஸ்' என்றும் 'கன்யர்கள்' என்றும் 'தெக்குகள்' என்றும் அறியப்பட்டனர். இவர்களில் பைஸ் என்பவர்கள் வளர்ச்சியடைந்த நாகரீகத்தைக் கொண்டிருந்தார்கள் என்று கூறப்படுகின்றது. பர்மா என்ற பெயரே திபெத்திய-பர்மன்கள் என்ற பெயரிலிருந்து தோன்றியிருக்கக்கூடும் என்று மியான்மர் மக்கள் நம்புகிறார்கள்.

மத்திய மியான்மரில் நடத்தப்பட்ட அகழ்வாராய்ச்சிகளின் போது, 'பெய்க்தானோ' என்ற பெயரில் பழைய நகரம் இருந்தது கண்டுபிடிக்கப்பட்டுள்ளது. பெய்க்தானோ என்றால் பர்மிய மொழியில் விஷ்ணு என்று பொருள்.

பைஸ் இனக்குழு மக்கள் மங்கோலிய வகைப்பட்ட திபெத்திய-பர்மன்கள் என்றாலும், அவர்களுடைய கலாசாரம் இந்தியாவின் கலாசாரத்தை ஒத்திருந்தது. மியான்மரின் ஆரம்பகால மன்னர்களும் இந்திய அரசப் பரம்பரையைச் சேர்ந்தவர்கள் என்று கூறப்படுகிறது.

கி.பி. 9-ம் நூற்றாண்டில், சீனத்தின் தெற்குப் பகுதியிலிருந்து வந்த படையெடுப்பாளர்களால் பைஸ் இனக்குழு ராஜ்யம் நாசப்படுத்தப்பட்டது.

ஆங்கிலேயர்கள் மியான்மரைக் கைப்பற்றுவதற்கு முன்பு, அந்த நாடு வேறெந்த வெளிநாட்டவராலும் கைப்பற்றப்பட்டதில்லை. ஒரே ஒரு குறுகிய காலத்துக்கு மட்டும் மங்கோலியர்கள் மியான்மரின் சில பகுதிகளைப் பிடித்து வைத்திருந்தனர். எனவே, 9-ம் நூற்றாண்டிலிருந்து ஆங்கிலேயர்கள் மியான்மரைப் பிடித்த 19-ம் நூற்றாண்டு வரை, அங்கிருந்த பர்மன்கள், மான்கள், ஷான்கள் மற்றும் அரக்கானியர்கள் ஆகிய இனக்குழுக்களைச் சேர்ந்த அரசர்களிடையேதான் மாறி மாறி யுத்தங்கள் நடைபெற்றுவந்தன.

மியான்மரின் மத்திய வறட்சிப்பகுதியில் வாழ்ந்த பர்மன்கள், புத்த மதம் என்ற சாத்வீகத் தன்மை கொண்ட மதத்தின் தீவிர ஆதரவாளராக இருந்த போதிலும், அவர்கள் போர்க்குணம் மிக்க மக்களாக இருந்தனர். சில சக்தி வாய்ந்த மியான்மர் மன்னர்கள், தெற்குப் பகுதியிலிருந்த மான் இனக் குழுவினர் மீதும், கிழக்குப் பகுதியிலிருந்த ஷான் இனக் குழுவினர் மீதும், மேற்கத்திய கடற்கரையோரம் இருந்த அரக்கானிய இனக்குழுவினர் மீதும் ஆதிக்கம் செலுத்தினர். சில சமயங்களில், மணிப்பூர், அஸ்ஸாம் ஆகிய பகுதிகளுக்குள்ளும் ஊடுருவினர்.

ஆக, மியான்மரின் முப்பெருர் இனக் குழுக்களான பர்மியர்கள், ஷான்கள் மற்றும் மான்கள் ஆகியோருக்கிடையே மேலாதிக்கத்துக்காக கி.பி. 16-ம் நூற்றாண்டு வரை மாறி மாறி மோதல்கள் நடைபெற்றன.

இறுதியில், கி.பி. 16-ம் நூற்றாண்டில் பர்மியர்கள் பலம் வாய்ந்த சக்தியாக உருவெடுத்தனர். அவர்களின் ஆட்சி கி.பி.19-ம் நூற்றாண்டில், ஆங்கிலேயருடன் மூன்று யுத்தங்கள் நடை பெறும் வரை நீடித்தது. 1885-ம் ஆண்டில், கடைசி பர்மிய மன்னர் கைது செய்யப்பட்டு இந்தியாவுக்கு அனுப்பப்பட்டதோடு அவர்களின் ஆட்சி ஒரு முடிவுக்கு வந்தது.

•

பர்மா, மன்னர்களின் ஆளுகைக்கு உட்பட்டிருந்த சமயம் ஆசியாவில் பலமான நாடு சீனா. பர்மா, சீனாவுக்குக் கப்பம் செலுத்தி வந்தது. அடிமை நாடுகள் செலுத்தும் கப்பம் போன்ற தல்ல இது. மாறாக, ஒரு மரியாதைக்குச் செலுத்தப்படும் தொகையாகவே இருந்தது. மூத்த அண்ணனுக்கு குட்டித் தம்பி செலுத்தும் மரியாதைக்கு ஒப்பானது இது.

சீன அரசர்கள் இந்த மரியாதையை ஏற்று, பர்மாவின் மன்னருக்கு விலை உயர்ந்த பரிசுகளை அனுப்பி வைத்தனர். இது, பல நூற்றாண்டுகளாகத் தொடர்ந்து நடைபெற்று வந்தது.

17-வது, 18-வது நூற்றாண்டுகளில் தங்களது வர்த்தகத்தை விரிவுபடுத்தும் பொருட்டும், நாடுகளைப் பிடித்து தங்களது ஆதிக்கத்தை நிலைநாட்டிக் கொள்ளவும், போர்த்துக்கீசியர் களும் டச்சுக்காரர்ளும் பிரெஞ்சுக்காரர்களும் ஆங்கிலேயர்களும் தெற்கு, தென்கிழக்கு ஆசியாவை வட்டமிட்டுக்கொண்டிருந் தனர். அப்போது அவர்கள் கண்ணில் பட்டது பர்மா. அப்போது இந்தியா ஏற்கெனவே அவர்கள் பிடியில் இருந்தது. கூடுதலாக பர்மாவையும் வளைத்துப் போட்டால் என்ன என்று யோசித்தனர்.

விளைவு? பர்மாவுக்கும் ஆங்கிலேயர்களுக்கும் இடையே அவ்வப்போது மோதல் ஏற்படத் தொடங்கியது. எப்படியாவது பர்மாவைப் பிடித்தே ஆகவேண்டும் என்ற ஆசை கொழுந்து விட்டு எரியத் தொடங்கியது. 1824-ம் ஆண்டில் அப்படி ஒரு வாய்ப்பு கிடைத்தது.

அந்தச் சமயம், அஸ்ஸாம் மற்றும் மணிப்பூர் பிரதேசங்கள், இந்தியாவுக்கும் பர்மாவுக்கும் இடைப்பட்ட பிரதேசங்களாக இருந்தன. 1824-ம் ஆண்டில் இந்த இரு பிரதேசங்களும் தங்களைச் சேர்ந்தவை எனக்கூறி, பர்மா அவற்றைப் பிடித்துக்

கொண்டது. ஆங்கிலேயர்கள் இதைச் சற்றும் எதிர்பார்க்க வில்லை. உடனடியாக தனது படைகளை அனுப்பி, பர்மிய ராணுவத்துடன் மோதச் செய்தது. முதல் உலகப் போர் என்று சொல்வதைப் போல் முதல் ஆங்கிலேய-பர்மிய யுத்தம் என்று இது அழைக்கப்படுகிறது.

நவீன ஆயுதங்கள், ஆள் பலம், போர் அனுபவம் அத்தனையும் இருந்தன ஆங்கிலேயர்களிடம். இவர்களுக்கு முன்னால் பூஞ்சை யாக இருந்த பர்மாவால் தாக்குப்பிடிக்க முடியவில்லை. இரண்டு ஆண்டுகள் மோதிப் பார்த்தன. முடியவில்லை. 1826-ம் ஆண்டு, அஸ்ஸாமும் மணிப்பூரும் ஆங்கிலேயரின் பிடியில் வந்தன. தவிரவும், அரக்கான் மற்றும் டெனாசெரிம் பகுதிகளை யும் இழக்கவேண்டியிருந்தது பர்மா. மணிப்பூர், அஸ்ஸாமுக்கு ஆசைப்பட்டு, உள்ளதையும் இழந்து நின்றது பர்மா.

பர்மாவின் அரசாங்கமும் ராணுவமும் பலவீனமாக இருக்கின் றன என்பதைப் புரிந்துகொண்ட ஆங்கிலேய அரசாங்கம், அந்த நாடு முழுவதையும் பிடிக்க சதித்திட்டம் தீட்டியது. ஆத்திர மூட்டும் செயல்களைப் புரிந்து மோதலை உருவாக்க, ஆங்கி லேயர்களுக்கு சொல்லியா கொடுக்க வேண்டும்?

1852-ம் ஆண்டில் இரண்டாவது ஆங்கிலேய-பர்மிய யுத்தம் நடைபெற்றது. இதிலும் பர்மியர்கள் தோல்வியே கண்டனர். தெற்கு பர்மா முழுவதும் ஆங்கிலேயர் வசமாயிற்று. மாண்டலேக்கு அருகில் உள்ள அவா என்ற இடத்தை தலை நகரமாகக் கொண்டிருந்த வடக்கு பர்மா முழுவதும் ஆங்கிலேயர் களின் தயவில் விடப்பட்டது.

1885-ம் ஆண்டில் மூன்றாவது ஆங்கிலேய-பர்மிய யுத்தம் வெடித்தது. எதற்கு சிறிது சிறிதாக வளைக்க வேண்டும் என்று யோசித்த ஆங்கிலேயர்கள், இந்தமுறை மொத்த பர்மாவையும் மலைப்பாம்பு முயலை விழுங்குவதைப் போல விழுங்கினர். மன்னரும் அவரது குடும்பத்தினரும் கைது செய்யப்பட்டு இந்தியாவுக்குக் கொண்டு வரப்பட்டு மகாராஷ்டிரா மாநிலத்தில் காவலில் வைக்கப்பட்டனர். பர்மா முழுவதும் ஆங்கிலேய சாம்ராஜ்யத்தின் பகுதியாக பிரகடனம் செய்யப்பட்டது.

பர்மா, தனக்குக் கப்பம் செலுத்தும் நாடாக பெயரளவுக்கு இருந்தபோதிலும், சீனாவால் அதைப் பாதுகாக்க முடிய வில்லை. சீனாவோடு உடனடியாக மோத வேண்டாம் என்று

கருதிய ஆங்கிலேயர்கள், பர்மா செலுத்தி வந்த கப்பத்தை தொடர்ந்து தாங்கள் செலுத்துவதாக சீன மன்னருக்கு உறுதி கூறினர். சொன்னதற்காக ஒரே ஒரு முறை மட்டும் கப்பம் கட்டினர். பின்னர் நிறுத்திவிட்டனர்.

அடுத்து, எல்லைகளை வரையறுக்கும் பணி. முதல் வேலையாக, பிரிட்டிஷ் இந்தியாவின் ஒரு மாகாணமாக, பர்மாவை நிர்வகிக்க தொடங்கினர்.

பர்மாவின் செல்வச் செழிப்பும் வளமும் ஆங்கிலேயர்களின் கண்களை உறுத்தின. இந்தியாவிலிருந்தும் சீனாவிலிருந்தும் ஏராளமானோர் பர்மாவுக்குள் புகுந்தனர். புதிதாக உருவாக்கப் பட்ட செல்வாதாரம் முழுவதும், இந்திய - சீன வர்த்தகர்களிட மும் ஆங்கிலேய நிறுவனங்களிடமும் குவியத் தொடங்கியது.

வட்டிக்கு வட்டி என்ற விதத்தில் ஏழை எளிய பர்மிய மக்கள் கசக்கிப் பிழியப்பட்டனர். பர்மாவின் விலை உயர்ந்த தேக்கு முதலிய மரங்கள் அற்ப விலை கொடுத்து வாங்கப்பட்டன. பர்மாவின் இயற்கை வளங்கள் அனைத்தும் இதர நாடுகளுக்கு பெருமளவில் ஏற்றுமதியானது. ஆனால், அதன் பலன்கள் பர்மிய மக்களுக்குக் கிட்டவில்லை.

தமிழகத்தைச் சேர்ந்த செட்டியார்கள், இங்கே வட்டித் தொழி லில் கொடிகட்டிப் பறந்தனர். 1929-30-ம் ஆண்டுகளில் உலகப் பொருளாதார நெருக்கடியின்போது, பர்மிய விவசாயிகள் நொடித்துப் போய் திவாலாயினர். பணக்காரச் செட்டியார்கள் இதைப் பயன்படுத்திக் கொண்டு சாகுபடி செய்ய லாயக்கான நிலங்களை பெருமளவு கைப்பற்றினர். இவர்கள், ஆங்கிலேயர் களுடன் நெருக்கமாக இருந்தனர். பர்மிய மக்களின் உண்மை யான தேசிய உணர்வுக்கு ஒரு துளியளவுகூட இவர்கள் அனு தாபம் காண்பித்ததில்லை.

ரங்கூனிலிருந்த மிகப் பெரிய மொத்தவிலை அங்காடி, சூர்த்தி பெரிய பஜார் என்றழைக்கப்பட்டது. ஏனென்றால், குஜராத்தின் சூரத் நகரைச் சேர்ந்த முஸ்லிம் வியாபாரிகளின் முழுப் பிடியில் இருந்தது இந்த வர்த்தகப் பகுதி. ரங்கூனிலிருந்த அனைத்து ஹோட்டல்களும் உணவிடங்களும் மலபாரைச் சேர்ந்த முஸ்லிம்களுக்குச் சொந்தமாக இருந்தன. சீனாவைச் சேர்ந்தவர் கள் வசம் ஏறத்தாழ அனைத்து அடகுக்கடைகளும் இருந்தன.

பர்மாவில் இருந்த தொழில் என்பது மரம் அறுக்கும் தொழிற்
சாலைகள், நெல் அரைக்கும் இயந்திரங்கள் போன்றவையே.
இவற்றிலும் இந்தியத் தொழிலாளிகளே இருந்தனர். இவர்கள்
ஆந்திரா மற்றும் ஒரிஸாவிலிருந்து கங்காணிகளால்
கொண்டுவரப்பட்டவர்கள். ரங்கூனில் ரிக்ஷா இழுப்பவர்கள்
கூட இங்கிருந்து சென்றவர்கள்தாம். துறைமுகத் தொழிலாளி
கள், கூலித் தொழிலாளிகள் அனைவரும் கங்காணிகளால்
கொண்டு வரப்பட்ட இந்தியத் தொழிலாளிகளே.

மற்றும் மருத்துவர்கள், வழக்கறிஞர்கள், ஆசிரியர்கள், அர
சாங்கப் பணியாளர்கள், தபால் ரயில்வேயில் பணியாற்றிய
வர்களில் பெரும்பாலோர் வங்காளிகளே. அது மட்டுமல்ல,
நீராவிப் படகுப் போக்குவரத்தில் இருந்த தொழிலாளிகள்,
சுகாதாரப் பணியாளர் போன்றோரில் பெரும்பாலோர் ஆந்திரா
மற்றும் ஒரிஸாவைச் சேர்ந்தவர்களே.

ஆக இவை அனைத்தும் சேர்ந்து, பர்மிய மக்களிடையில் ஆழ்ந்த
வெறுப்பையும் ஆத்திரத்தையும் ஏற்படுத்தின. இந்தக் குமுற
லானது, ஆங்காங்கே கிளர்ச்சியாகவும் கொந்தளிப்பாகவும்
வெடிக்கத் தொடங்கியது. இவற்றைக் கண்ட ஆங்கிலேய
அரசாங்கம், இந்தியாவிலிருந்த பல்லாயிரக்கணக்கான ராணுவத்
தினரை பர்மாவுக்கு அனுப்பியது. அவை நிலைமையைக்
கட்டுப்படுத்தின.

ஆங்கிலேயரின் பிடியில் நாடு வந்தவுடன் ஏராளமான கிறித்துவ
மதப் பிரசாரகர்கள் (மிஷினரிகள்) பர்மாவுக்குள் கொண்டு
வரப்பட்டனர். அவர்கள், புத்த மதத்தில் தீவிர பற்று கொண்
டிராத 'கரேன்கள்' போன்ற இனக்குழு மக்களை கிறித்துவர்களாக
மாற்றுவதிலும், பல்வேறு இனக்குழு மக்களிடையே உள்ள
வேறுபாட்டை அதிகரிப்பதிலும் முழு மூச்சுடன் இறங்கினர்.
இது, விஷவித்துகளை பர்மாவில் ஆழமாக ஊன்றிவிட்டது.
அதன் நாசகரத்தன்மை இன்றும் நீடித்து வருகிறது.

பர்மாவைப் பிடித்த ஆங்கிலேயர்கள், அங்கே மேற்கத்திய
முறையைப் புகுத்துவதற்கும், தங்களுடைய நிர்வாகத்தை
நிரந்தரமாக நடத்திச் செல்ல படித்த கூட்டமொன்றை உருவாக்கு
வதற்கும் ஆங்கிலேயக் கல்லூரிகளை உருவாக்கினர். அங்கே,
பர்மிய மொழி கற்றுத்தரப்படவில்லை. ஆங்கில மொழியில்
மட்டுமே பாடங்கள் நடத்தப்பட்டன.

ஏற்கெனவே, கல்வி கற்கும் மையங்களாக விளங்கிய புத்த மடாலயங்கள் அவற்றின் முக்கியத்துவத்தை இழக்கத் தொடங் கின. பர்மிய மன்னர்கள் தங்கள் ஆளுகைக்கு உட்பட்டிருந்த பகுதிகளில் இறையியல் ஒழுங்கை நிலைநாட்டும் அதிகாரத்தை, தாங்கள் ஆதரிக்கும் மடாலயத்தின் தலைமைத் துறவிக்கு அளித்திருந்தனர். ஆங்கிலேய அரசாங்கம் அதை அங்கீகரிக்க மறுத்தது. இதன் விளைவாக, கீழ்மட்ட மடாலயங்களில் ஒழுக்க மின்மை அதிகரிக்கத் தொடங்கியது.

அந்நிய ஆட்சியின் காரணமாக, தங்களுடைய புத்த மதத்துக்கே ஆபத்து ஏற்பட்டு விடுமோ எனக் கவலைப்பட்டுக்கொண்டிருந்த புத்தமதத் துறவிகளுக்கு, ஆங்கிலேய அரசாங்கத்தின் இந்த வெறுப்பூட்டும் போக்கு மேலும் ஆத்திரத்தை ஏற்படுத்தி ஆங்கிலேயர்களுக்கெதிரான போராட்டத்தில் பங்குபெறச் செய்தது.

●

ஆங்கிலேயர்கள் தங்கள் மீது திணித்த ஆட்சியை, பர்மிய மக்கள் வாய் மூடி அப்படியே ஏற்றுக்கொள்ளவில்லை. போராட்டத்தில் குதித்தனர்.

முதல் எழுச்சி 1913-ம் ஆண்டு தொடங்கியது. மியோகா (Myoka) எழுச்சி என்ற பெயரில் அறியப்பட்ட இந்த எழுச்சியை ஆங்கிலேயர்கள் அடக்கியதோடு அந்த இயக்கத்தின் முக்கியத் தலைவர்கள் இருவரை தூக்கிலிட்டுக் கொன்றனர். மீண்டும், முதல் உலகப் போரின் ஆரம்ப கட்டத்தில், கச்சின் இனப் பிரிவு மக்கள் குமுறியெழுந்து, பல ஆண்டுக் காலம் ஆங்கிலேயரை எதிர்த்துப் போரிட்டனர். இறுதியாக, அதுவும் 1915-ம் ஆண்டில் ஒடுக்கப்பட்டு அதன் இரண்டு தலைவர்கள் செப்டம்பர் மாதத்தில் தூக்கிலிடப்பட்டனர். அதே சமயத்தில் ஷான் இன மக்களும் குமுறி எழுந்தனர். ஆங்கிலேயர்கள் அவர்களையும் ஒடுக்கி, அவர்களின் நான்கு தலைவர்களையும் தூக்கிலிட்டுக் கொன்றனர்.

1930-ம் ஆண்டில் தரவாடி மாவட்டத்தில் ஒரு பெரும் விவ சாயிகள் எழுச்சி தொடங்கியது. அது, அருகிலுள்ள பல மாவட்டங்களுக்கும் பரவியது. அது, பிரதானமாக ஆங்கிலேய ஆட்சிக்கு எதிரானது என்ற போதிலும், அது நிலப்பிரபுக்கள் மற்றும் கந்து வட்டிக்காரர்களுக்கும் எதிரானதாக இருந்தது.

இந்த எழுச்சிக்கு 'போங்கிகள்' என்று அழைக்கப்பட்ட புத்தமத குருக்களின் மறைமுக ஆதரவும் இருந்தது. இந்த எழுச்சி ஓராண்டுக் காலம் நீடித்தது. இறுதியில், அது ஆங்கிலேயரின் கூர்க்கா படையினரால் மிருகத்தனமாக ஒடுக்கப்பட்டது. பல கிராமங்களில் ஆண்கள் அனைவரும் கொலை செய்யப்பட்டனர். பெண்கள் கொடூரமாக வன்புணர்ச்சி செய்யப்பட்டனர். அந்த இயக்கத்தின் பிரசித்தி பெற்ற தலைவரான 'சேயாசன்' கைது செய்யப்பட்டு தூக்கிலிடப்பட்டார். அவரும், அவரைச் சேர்ந்த கிளர்ச்சியாளர்களுமாக 274 பேர் புன்னகை செய்தவாறே தூக்குமேடை ஏறினர். 600 பேருக்கு ஆயுள் தண்டனை அளிக்கப்பட்டு நாடு கடத்தப்பட்டனர்.

இந்தியர்கள், குறிப்பாக வங்காளப் புரட்சியாளர்கள், இந்த பர்மிய எழுச்சியாளர்களிடம் மிகுந்த அனுதாபம் கொண்டிருந்தனர். ஆனால், அவர்களை ஆதரித்து எவ்வித நடவடிக்கையிலும் இறங்கவில்லை. வெறும் பார்வையாளர்களாவே இருந்தனர்.

•

1906-ம் ஆண்டு ரங்கூன் கல்லூரியைச் சேர்ந்த சில மாணவர்கள், 'புத்த இளைஞர்கள் கழகம்' (Young Men's Buddhist Association) என்ற அமைப்பை உருவாக்கினர். இதுதான் பர்மிய தேசிய மனோ பாவம் கொண்டோரின் முதல் அமைப்பாகும். இந்த அமைப்பினரின் தூதுக்குழு ஒன்று லண்டனுக்குச் சென்று பர்மிய மக்களின் கருத்தோட்டத்தை இங்கிலாந்து அரசாங்கத்தின் முன் வைத்தது.

1920-ம் ஆண்டில், ஆங்கிலேய அரசாங்கம் ரங்கூன் பல்கலைக் கழக சட்டம் என்ற பெயரில் ஒரு சட்டத்தை இயற்றியது. இதன் நோக்கமானது அன்றைய ரங்கூன் மற்றும் ஜட்சன் கல்லூரிகளை இணைத்து ஒரு பல்கலைக்கழகத்தை ஏற்படுத்துவது, அதில் சேருவதற்கான கல்வித் தகுதி வரம்பை அதிகரிப்பது, மாணவர்களை அங்கேயே தங்கி படிக்கச் செய்வது என்பதாகும்.

பர்மிய மக்கள் இதை எதிர்த்தனர். இவ்வாறு செய்வதானது வசதி படைத்த ஒரு சிலருக்கே கல்வி என்பதை கிடைக்கச் செய்யும் என்பதுடன், மிகப் பெருவாரியான மக்களுக்குப் பயன் தராது என்றும் அவர்கள் கருதினர். நாடு முழுவதிலும் இந்தத் திட்டத்துக்கு எதிராக பலத்த எதிர்ப்பு உருவானது. ஏராளமான பெற்றோர்களும் இதற்கெதிராகக் குரல் எழுப்பினர். இந்தப் பல்கலைக்கழகம் மக்களால் புறக்கணிப்பு செய்யப்பட்டது.

தேசிய உணர்வினால் உந்தப்பட்ட மக்கள் 'தேசியப் பள்ளிகளை' உருவாக்கினர்.

'நாம் அடிமைப்பட்டுக் கிடக்கும் காலனி நாட்டு மக்கள். இதிலிருந்து நம்மை நாம் விடுவித்துக்கொள்ள வேண்டும், என்ற வேட்கையை, இளம் பர்மியர்கள் உள்ளத்தில் இந்தத் தேசியப் பள்ளிகள் ஏற்படுத்தின. ஆனால், இவை சிறிது காலம் வரை மட்டுமே நீடித்தன.

1920-ம் ஆண்டுகளில் பர்மா, பல்வேறு நிகழ்ச்சிப் போக்குகளைச் சந்தித்தது. அதுவரை புத்தமதம் மற்றும் பர்மிய கலாசாரத்தைப் பாதுகாப்பதற்கு என்று மட்டும் செயல்பட்டு வந்த அமைப்புகள், அரசியல் நடவடிக்கைகளிலும் இறங்க ஆரம்பித்தன. பர்மியப் பத்திரிகைகள், வளர்ந்து வரும் தேசிய உணர்வைப் பெரிய அளவில் பிரதிபலித்தன. பண்டைய கல்வி முறையுடன் விஞ்ஞானபூர்வ பகுப்பாய்வு முறையைக் கொண்ட மேற்கத்திய கல்விமுறையை இணைக்கும் எழுத்தாளர்களும் அறிஞர்களும் இந்த காலகட்டத்தில் தோன்ற ஆரம்பித்தனர்.

இந்தியாவைச் சேர்ந்த தொழிலாளிகள் தங்கள் வேலைகளை பறித்துக் கொண்டிருந்ததைக் கண்ட பர்மியர்கள், முதலில் எதிர்ப்பு நடவடிக்கைகளில் இறங்கவில்லை. ஆனால் 1930-ம் ஆண்டு தோன்றிய மாபெரும் பொருளாதார நெருக்கடியின் பொழுது பிரச்னை வெடித்தது.

ஓட்டாண்டிகளாக மாறிப்போன விவசாயிகள், வேலை தேடி நகரங்களை நோக்கி கும்பல் கும்பலாக வரத்தொடங்கினர். ஆனால், வேலை வாய்ப்புகள் அனைத்தும் இந்தியரிடம் இருந்ததாலும், கங்காணிகளுக்குப் பணம் கொடுத்து வேலை வாங்க பணமில்லாததாலும் எதிர்ப்புக் கலவரத்தில் இறங்கினர்.

பிறகு, முதன்முறையாக துறைமுகத்துக்குள் அவர்களால் கூலியாக நுழைய முடிந்தது. இந்தியத் தொழிலாளிகளில் மிகப் பெரும்பாலோர் கல்வியறிவு இல்லாதவர்கள். இதற்கு மாறாக, பர்மியர்கள் புத்த மடாலயங்களில் கல்வி பயின்றவர்கள்.

இந்த காலகட்டத்தில்தான் 'நாம் பர்மியர்கள்' என்ற குரல் தெருக்களில் ஒலிக்கத் தொடங்கியது. இதைத் தொடர்ந்து பா தாங் என்பவரின் தலைமையில் 'நாம் பர்மியர்கள் அமைப்பு' என்ற பெயரில் ஓர் இயக்கம் உருவானது. இதை உருவாக்குவதில்

முன் நின்றவர் பா தாங். இவர் ரங்கூன் பல்கலைக்கழக விரிவுரையாளர்.

இந்த அமைப்பு உருவாக்கப்பட்டதைத் தொடர்ந்து 'தாகின் கட்சி' என்ற அரசியல் கட்சி உருவாக்கப்பட்டது. தாகின் என்றால் பர்மிய மொழியில் எஜமானர்கள். பர்மியர்கள் என்பவர்கள் யாருக்கும் அடிமைகள் அல்ல, தாங்களும் எஜமானர்களே என்று பறைசாற்றும் பொருட்டே இந்தப் பெயர் சூட்டப்பட்டது.

நாம் பர்மியர்கள் அமைப்பும் தாகின் கட்சியும் சேர்ந்து, பர்மிய இளைஞர்களின் உள்ளத்தில் தேசபக்த உணர்வையும் ஆங்கிலேய எதிர்ப்பு உணர்வையும் வேரூன்றச் செய்வதில் வெற்றி பெற்றன.

இதே காலகட்டத்தில் மார்க்சிய நூல்களும் பர்மாவில் பரவ ஆரம்பித்தன. அதே போல் சோசலிஸக் கருத்தோட்டமும் பிரபலமடைய ஆரம்பித்தது. பர்மா புக் கிளப் என்ற நிறுவனம் அயல் நாடுகளிலிருந்து மார்க்சிய, சோசலிஸ நூல்களை வரவழைத்து விற்பனை செய்ய ஆரம்பித்தது. அதேபோல், அயல் நாடு சென்று திரும்பும் பர்மியர்களும் இத்தகைய நூல்கள் பலவற்றை தங்கள் நாட்டுக்குள் கொண்டுவந்து பரப்பினர். உலகம் முழுவதும் நடைபெறும் அரசியல் நிகழ்ச்சிகளால் ஈர்க்கப்பட்டு வந்த பர்மிய மக்களிடையே இடதுசாரி நூல்களுக்கு பெரும் வரவேற்பு இருந்தது.

விளைவு? புதிய அறிவுஜீவிகள் கூட்டம் உருவாக ஆரம்பித்தது. அது வெறும் அறிவு ஜீவிகள் கூட்டமாக இயங்கவில்லை. மாறாக, தேசியச் சிந்தனையோட்டம் முழுக்க முழுக்க நிரம்பிய அறிவு ஜீவிகள் கூட்டமாக இருந்தது. இதில் முக்கியமாகக் குறிப்பிடப்பட வேண்டியவர்கள் ஆங் ஸான் (Aung San), ஸோ (Soe), நு (Nu) தான்டுன் மற்றும் தென் பெ மியின்ட்.

பர்மாவின் தேசிய உணர்வையும் பர்மிய மக்களின் தேசபக்த உணர்வையும் வளர்த்து, ஆங்கிலேயர்களின் காலனி ஆதிக்கப் பிடியிலிருந்து பர்மாவை மீட்டு, அதைச் சுதந்தர நாடாக ஆக்க வேண்டும் என்று விரும்பிய இந்த தேசபக்த அறிவுஜீவிக் கூட்டத்தினரில் முதன்மையாகக் கருதப்பட வேண்டியவர் ஆங் ஸான். அவர் வெறும் அறிவு ஜீவியாக மட்டும் இருக்கவில்லை. நாடு விடுதலையடைய வேண்டுமானால் மக்களைத் திரட்டியாக வேண்டும். மக்களின் பலமான அமைப்பை உருவாக்குதல் அவசியம் என்ற சிந்தனையோட்டத்தைக் கொண்டிருந்தார்.

அடுத்து உருவாக இருந்த பர்மிய சுதந்தர இயக்கம், ஆங் ஸானை மையமாகக் கொண்டே உருவெடுத்தது.

•

1948-ம் ஆண்டில் விடுதலையடைந்தது பர்மா. சுதந்தர பர்மாவின் முதல் பிரதமராகப் பதவியேற்றுக்கொண்டார் ஊ நூ. 1962 வரை இவர் பதவியில் இருந்தார். இவருடைய கட்சியான பாசிச எதிர்ப்பு மக்கள் சுதந்தரக் கழகம், 1951 மற்றும் 1956-ம் ஆண்டுகளில் நடைபெற்ற தேர்தல்களில் பெரும்பான்மை இடத்தைப் பெற்றது. ஆனால் 1958-ம் ஆண்டில், அக்கட்சியில் பிளவு ஏற்பட்டது. ஊ நு தலைமையிலான பகுதி, 'யூனியன் கட்சி' என்றும், அவரை எதிர்த்தவர்கள் 'நிலையான பகுதி' என்றும் அழைக்கப்பட்டனர்.

ஆனால், கட்சியில் ஏற்பட்ட இந்தப் பிளவைக் கண்ட நாட்டின் ராணுவத் தளபதி நீ வின் என்பவர், 'சட்டம் ஒழுங்கை நிலைநாட்டப் போவதாகவும், ரங்கூனைச் சுத்தம் செய்யப் போவதாகவும், சுதந்தரமான, நியாயமான தேர்தல் நடக்க வழிவகுக்கப் போவதாகவும் கூறி, இடைக்கால ராணுவ அரசாங்கத்தை அமைத்தார்.

மீண்டும், 1960-ம் ஆண்டு நடைபெற்ற தேர்தலில் ஊ நூவின் யூனியன் கட்சி 52 சதவிகித வாக்குகளைப் பெற்று ஆட்சியைப் பிடித்தது. அவருடைய எதிர்த்தரப்பினர் 31 சதவிகித வாக்குகளே பெற்றனர்.

ஊ நூவின் ஆட்சி அதிக காலம் நீடிக்கவில்லை. உள்கட்சி சண்டைகள் பெருகின. 1962-ம் ஆண்டு மார்ச் மாதம் 2-ம் தேதி, நீ வின் தலைமையிலான ராணுவம் ஊ நூவைக் கைது செய்து சிறையிலடைத்தது. தன்னைத் தலைவராகக் கொண்ட ஆட்சியை நீ வின் உருவாக்கினார். அது 26 ஆண்டுகள், அதாவது 1988-ம் ஆண்டுவரை நீடித்தது. பர்மிய மக்களுக்கு அது மிகப் பெரிய சாபக்கேடாக அமைந்தது.

அதிரடிப் புரட்சி மூலம் அதிகாரத்தைப் பிடித்த நீ வின், இரு அவைகளுள்ள நாடாளுமன்ற முறையை ரத்து செய்தார். அதே போல் நீதித் துறைக்கென்று தனியாக இருந்த அதிகாரங்களையும் ரத்து செய்தார். அரசாங்கத்தின் தவறான திட்டங்களையும் செயல்களையும் அவ்வப்போது கண்டித்து எழுதி எதிர்க்கட்சி

போல் செயல்பட்டு வந்த சுதந்தரமான பத்திரிகைத் துறையையும் நீ வின் விட்டு வைக்கவில்லை. அனைத்துப் பத்திரிகைகளையும் மூடச் செய்தார். அரசாங்கம் மட்டும் இரண்டு, மூன்று பத்திரிகை களை நடத்தியது.

நீ வின் அதிகாரத்தைப் பிடித்ததும் இரண்டாயிரம் மூத்த அதிகாரிகளை பதவியில் இருந்து கட்டாயமாக ஓய்வு பெறச் செய்தார். அந்த இடங்களில் ஓய்வுபெற்ற அல்லது ஊனமுற்ற ராணுவ அதிகாரிகளைப் பதவியில் அமர்த்தினார். படிப்படியாக அரசாங்க பதவிகளில் 60 முதல் 70 சதவிகிதம் வரை பழைய ராணுவத்தினர் இருக்கும்படி பார்த்துக்கொண்டார்.

பெயர்தான் மக்கள் சட்டமன்றம். மற்றபடி அதற்கும் மக்களுக் கும் எந்தவிதத் தொடர்பும் கிடையாது. அனைத்து அதிகாரங் களும் ராணுவ சர்வாதிகாரியான நீ வின் வசமே இருந்தன. பர்மா சோசலிஸ்ட் மக்கள் கட்சி என்ற பொம்மைக் கட்சியையும் அவர் உருவாக்கினார். எங்களிடம் 15 லட்சம் பேர் இருக்கிறார்கள் என்று பெருமையுடன் அது பீற்றிக்கொள்ளவும் செய்தது. ஆனால் உண்மையில், இதன் உறுப்பினர்களில் 90 சதவிகிதத் தினர் ராணுவத்தினர்தாம்.

ஆச்சரியம் என்னவென்றால், நீ வின் ஆட்சியைப் பிடித்தபொழுது மக்களிடையில் பெரிய எதிர்ப்பு இல்லை. காரணம், பர்மா சுதந்தரம் அடைந்த நாள் முதலாக ஆட்சி புரிந்த பாசிச எதிர்ப்பு சுதந்தரக் கழகம் உள்கட்சி சண்டைகளால் நாறிக்கொண்டிருந்தது. நாட்டின் பிரதமர் ஊநு நேர்மையான மனிதர்தான். ஆனால், தனது கட்சியை கட்டுக்கோப்புடன் வைத்திருக்க அவரால் முடியவில்லை. சின்னஞ்சிறிய பர்மாவில் 200-க்கும் மேற்பட்ட அரசியல் கட்சிகள் இருந்தும்கூட ஊ நுவின் கட்சிக்கு எதிராக வலிமை வாய்ந்த எதிர்க்கட்சி ஒன்றுகூட நாடாளுமன்றத்தில் இல்லை.

நீ வின் ஆட்சியைப் பிடித்ததும், அவர் எடுத்த சில நடவடிக்கைகள் மக்களிடையே அவருக்கு ஆதரவைத் தேடித்தந்தன. அனைத்து வர்த்தக தொழில் அமைப்புகளையும் அவர் உடனடியாக தேசியமயமாக்கினார். இதனால், அங்கே தொழில் நடத்திவந்த ஆயிரக்கணக்கான இந்தியர்களும் சீனர்களும் பர்மாவை விட்டு வெளியேறினர்.

ஏற்கெனவே ஆங்கிலேய ஆதிக்கத்துக்கு எதிராகவும் வெளி நாட்டு கந்து வட்டி கொடுமைக்காரர்களுக்கு எதிராகவும் குமுறிக்

கொண்டிருந்த பர்மியர்களுக்கு, நீ வின் எடுத்த இந்த அதிரடி நடவடிக்கை மகிழ்ச்சியைத் தந்தது. தொழில்களை, வர்த்த கத்தை தேசிய மயமாக்கிய நீ வின், அவற்றை முறையாக நடத்து வதற்கு மக்களுக்கு உதவியிருந்தால் அவை தொடர்ந்து நடந் திருக்கக் கூடும். ஆனால், ராணுவத்தைச் சேர்ந்தவர்களே அதிலும் ஆதிக்கம் செலுத்தியதால் அவை நசிவுற்றன.

ராணுவ ஆட்சியின் கீழ் பர்மா முன் எப்பொழுதும் கண்டிராத பொருளாதார நாசத்தைச் சந்தித்தது. சராசரி தனிநபர் ஆண்டு வருமானம் குறைந்தது. பணவீக்கம் அதிகரித்தது. ஒழுங்கு முறையின்றி கரன்சி நோட்டுகளை அச்சடித்து வெளியிட்டதன் மூலம், ராணுவ ஆட்சி பண வீக்கத்தை பன்மடங்கு அதிகரித்தது. பொருளாதார மற்றும் தொழில்நுட்ப வல்லுனர்கள் வேலை தேடி வெளிநாடுகளில் குடியேறினர்.

பர்மாவின் விலை மதிப்பற்ற தேக்கு மரக்காடுகள், வைரச் சுரங்கங்கள் போன்றவை அந்நிய முதலாளிகளுக்கு தாரை வார்த்துத் தரப்பட்டன. பர்மாவின் 21 தேக்குமரக் காடுகளில் இருந்து மரங்களை வெட்டிக் கொள்ளும் உரிமை, தாய்லாந்துக் காரர்களுக்கு 10 கோடி டாலர் கட்டணத்தில் சலுகை விலையில் கொடுக்கப்பட்டது.

அதேபோல் மீன்பிடிக்கும் உரிமையும் தாய்லாந்து நிறுவனங் களுக்கு சலுகைக் கட்டணத்தில் கொடுக்கப்பட்டது. பெட்ரோல் எடுக்கும் ஒப்பந்தங்கள் ஜப்பானிய நிறுவனங்களுடன் செய்யப்பட்டன. இவ்வாறு பர்மாவின் தேச வளம் என்பது அந்த நாட்டு மக்களின் நலனுக்குப் பயன்படாமல் அந்நிய மூலதனக் காரர்களின் பணப்பையில் குவிய ஆரம்பித்தது.

நாட்டின் தொழில் மற்றும் வர்த்தகத்தை நாட்டுடைமையாக்கிய நீ வின், அவற்றை நடத்த 52 அரசாங்க நிறுவனங்களை உருவாக்கி னார். ஆனால் ராணுவத்தினரால் நிர்வகிக்கப்பட்ட இந்த நிறுவனங்கள், ஊழல் மலிந்தவையாகவும் நிர்வாகத் திறமை யற்றும் இருந்ததால் பெரும் பாதிப்புக்கு ஆளாயின. தொழில்களில் தங்கள் முழுத் திறனையும் பயன்படுத்த முடியவில்லை. எங்கும் தேக்கம், எதிலும் திறமையின்மை, ஊழல், நாட்டில் தொழில் வளம் முடங்கியது. வேலையில்லாத் திண்டாட்டம் பெருகியது.

இதன் காரணமாக, ஏராளமான பட்டதாரிகள் வாடகைக் கார் ஓட்டுபவர்களாகவும் கைரேகை பார்த்து ஆருடம் கூறுபவர்களாக

வும், பலர் அயல்நாட்டுப் பயணிகளுக்கு விஸ்கி, சிகரெட் விற்பவர்களாகவும் மாறினர். ராணுவ ஆட்சியின் விளைவாக, கல்வித்துறை உள்ளிட்ட நிர்வாகம் முழுவதும் சீரழிய ஆரம்பித்தது.

ஊதியப் பற்றாக்குறையால், ஆசிரியர்கள் தேர்வுக்கான கேள்வித் தாள்களை முன்னதாகவே மாணவர்களுக்கு விற்கத் தொடங்கினர். எழுது பொருள்கள், எழுது தாள்கள் மற்றும் நோட்டுப் புத்தகங்கள் முதலியவற்றை உணவுப் பொருள்களுக்காக திருட்டுத்தனமாக விற்கும் போக்கு தொடங்கியது.

மறுபக்கம், உணவுப் பொருள்களின் விலை பல மடங்கு உயர ஆரம்பித்தது. நிர்வாகச் சீர்கேடும் உணவுப் பொருள்கள் பற்றாக் குறையும் சேர்ந்து, பர்மிய மக்களை வாட்டி வதைத்தது.

ஜனநாயகக் கட்சிகளும் சக்திகளும் செயல்பட முடியாமல் போனதன் விளைவாக, மக்களின் குமுறலை வெளிப்படுத்தும் சக்தியாக அறிவுஜீவிகளான மாணவச் சமுதாயம் வெளிப்படத் தொடங்கியது. தேர்தல் நடத்தப்படவேண்டும், ஜனநாயக ஆட்சிமுறை வேண்டும் என்ற முழக்கத்தை அவர்கள் எழுப்பினர். ராணுவ சர்வாதிகாரி நீ வினுக்கு எதிராக 1988-ல் போர்க்கொடியை உயர்த்தினர்.

சூ கீ பர்மாவுக்கு வந்து சேர்வதற்கும், போராட்டம் வெடிப்பதற் கும் சரியாக இருந்தது.

6. குமுறல் வெடிக்கிறது

ஜெனரல் நீ வினுடைய சர்வாதிகார ஆட்சிக்கு முதல் பெரும் எதிர்ப்பு மார்ச் மாதத்தில் வெடித்தது. ஜுன் மாதம் வரை இது நீடித்தது. ரங்கூன் பல்கலைக்கழகத்தைச் சேர்ந்த மாணவர்கள், அங்குள்ள பிரசித்தி பெற்ற புத்தர் கோயிலான 'ஸ்வேதாகன் பகோடா' முன்புகூட ஆர்ப்பாட்டம் செய்தனர். இதைக் கேள்விப்பட்ட உள்துறை அமைச்சர் சின் லிவின் என்பவன், இந்த மாணவர்களை ஒடுக்குவதற்கு ஆயுதப் படையை அனுப்பினான். இரு இடங்களில் நடைபெற்ற ஆர்ப்பாட்டங்களில் ஆயுதப்படை கண்மூடித்தன மாக துப்பாக்கிச் சூடு நடத்தி 200-க்கும் மேற் பட்டோரை ஈவிரக்கமின்றி சுட்டுக்கொன்றது.

கைது செய்யப்பட்ட ஏராளமான மாணவர்கள் ஆடுமாடுகளைப் போல காவல்துறை வாகனங் களில் அடைக்கப்பட்டு கொண்டு செல்லப் பட்டனர். இவர்களில் 41 பேர் மூச்சுத் திணறி அந்த வாகனங்களுக்குள்ளேயே இறந்து விட்டனர்.

இந்த கோரச் சம்பவங்கள் காட்டுத்தீ போல பர்மா முழுவதும் பரவி, அனைத்துப் பகுதி மக்களி டையேயும் பெரும் கொந்தளிப்பை உண்டாக்கி

விட்டது. மாணவர்கள், வழக்கறிஞர்கள், அரசு ஊழியர்கள், கலைஞர்கள், இசைவாணர்கள், புத்த பிட்சுகள் என்று அனைவரும் வீதியில் இறங்கி ஆர்ப்பாட்டம் செய்யத் தொடங்கினர். பர்மாவின் பெரிய நகரமான மாண்டலேயில் 2 லட்சத்துக்கும் அதிகமான மக்கள் ஆர்ப்பாட்டத்தில் கலந்து கொண்டனர். தலைநகரான ரங்கூனில் 10 லட்சம் பேர் மாபெரும் ஆர்ப்பாட்டம் நடத்தினர். இடைக்கால அரசாங்கம் வேண்டும், ஜனநாயக முறை உருவாக்கப்பட வேண்டும் என்று அவர்கள் முழக்கமிட்டனர்.

பர்மாவின் இதர 30 நகரங்களிலும் பெரும் ஆர்ப்பாட்டங்கள், மோதல்கள் நடைபெற்றன. பர்மாவின் வடக்கில் உள்ள சகாயிங் என்ற நகரத்தில் காவல் நிலையத்தைத் தாக்கினார்கள் என்ற காரணத்தைக் கூறி, ஆர்ப்பாட்டக்காரர்கள் மீது நடத்தப்பட்ட துப்பாக்கிச் சூட்டில் 30 பேருக்கு மேல் கொல்லப்பட்டனர்.

லீவின், ராணுவத்தை அனுப்பி ஆர்ப்பாட்டக்காரர்களைச் சுட்டுக் கொல்லும்படி உத்தரவிட்டான். ஆனால், இந்தத் துப்பாக்கிச் சூடுகளெல்லாம் அவர்களைப் பணியவைக்க முடியவில்லை. மாறாக, அவர்களுடைய போராட்ட வேகத்தை மேலும் அதிகரிக்கவே செய்தது. ஆயுதபாணிகளாக நின்றிருந்த ராணுவத்தினர் முன்பு இளைஞர்கள் தம் நெஞ்சைக் காட்டி, 'என்னைச் சுடு, என்னைச் சுடு!' என்று ஆவேசமாகக் கூறினர்.

பல இடங்களில் மரங்கள் வெட்டி வீழ்த்தப்பட்டு தடையரண்கள் ஏற்படுத்தப்பட்டன. தெரு விளக்குக் கம்பங்கள், நடைபாதைக் கற்கள், எரிந்து கொண்டிருக்கும் டயர்கள் ஆகியவற்றைக் கொண்டு தடையரண்கள் ஏற்படுத்தப்பட்டன. ஆர்ப்பாட்டக்காரர்கள் கவண் கற்களைக் கொண்டும், இரும்புத் துகள்கள் குண்டுகளைக் கொண்டும் ராணுவத்தினரைத் தாக்கினர்.

தனது சர்வாதிகார ஆட்சிக்கு எதிர்ப்பு வலுத்து வருவதையும், மக்கள் தெருக்களில் இறங்கி போராடி வருவதையும் கண்ட நீவின், திடீரென்று ஒரு சாகச அறிவிப்பு செய்தார்.

ஜூலை 23-ம் தேதியன்று தொலைக்காட்சியில் தோன்றிய நீவின், தான் உடனடியாகப் பதவி விலகுவதாகவும், பர்மாவின்

எதிர்கால அரசியல் குறித்து, அதாவது எத்தகைய ஆட்சி முறை இருக்க வேண்டுமென்பது குறித்து நாட்டு மக்களிடையே வாக்கெடுப்பு நடைபெறும் என்றும் அறிவித்தார்.

இது சூ கீ உள்ளிட்ட நாட்டு மக்களிடையே ஒரு பெரும் நம்பிக்கையைத் தோற்றுவித்தது. 26 ஆண்டுகள் நீடித்த சர்வாதி கார ஆட்சிக்குப் பின் இறுதியில் தங்கள் விதியை தாங்களே தீர் மானித்துக் கொள்ளும் வாய்ப்பு பர்மிய மக்களுக்குக் கிடைத் திருக்கிறதென்று அவைரும் நம்பினர்.

சூ கீயின் இல்லத்தை நோக்கி ஆயிரக்கணக்கான மக்கள் வர ஆரம்பித்தனர். அவர், பர்மிய அரசியலில் தீவிரப் பங்கேற்க வேண்டுமென்றும் தங்களுக்கு வழிகாட்ட வேண்டுமென்றும் கோரினர்.

நீ வின் செய்தது ஒரு மோசடியே என்பதை, பர்மிய மக்கள் ஒரு சில நாள்களிலேயே புரிந்து கொண்டனர். அவர் பதவியில் இருந்து ராஜினாமா செய்ததாக அறிவித்தபின், அவருடைய 'பர்மா சோசலிஸ்ட் திட்டக் கட்சி' தனது அவசரக் கூட்டத்தைக் கூட்டி, எத்தகைய அரசியல் முறை பர்மாவுக்கு வேண்டு மென்பதற்காக கருத்துக் கணிப்பு நடத்த முடியாதென்று முடிவு செய்து அத்துடன் தனது கட்சியின் தலைவராக செய்ன் லீவின்னைத் தேர்ந்தெடுத்தது. இதைத் தொடர்ந்து தேசிய சட்டமன்றம் அந்த நபரை நாட்டின் ஜனாதிபதியாகவும் தேர்ந்தெடுத்தது.

செய்ன் லீவின், பர்மா மக்களால் மிகவும் வெறுக்கப்பட்ட நபர் என்பதுடன் நீ வினுடைய கையாளும் ஆவார். ராணுவத்தில் இருந்து ஓய்வுபெற்ற ஜெனரலான அந்த நபர், 1962-ம் ஆண்டில் ரங்கூன் பல்கலைக்கழக மாணவர்கள் அரசாங்க எதிர்ப்புக் கிளர்ச்சியில் ஈடுபட்டபொழுது, அவர்களை மிருகத்தமான ஒடுக்கியவர். 22 மாணவர்களைச் சுட்டுக்கொன்று அந்தப் போராட்டத்தை ரத்த வெள்ளத்தில் ஆழ்த்தியவர். அதேபோல் 1974-ம் ஆண்டில் மாணவர்கள் கிளர்ச்சி நடத்திய சமயத்திலும் அதைக் கொடூரமாக ஒடுக்கியவர்.

1977-ம் ஆண்டில் மாணவர்கள் கிளர்ச்சி நடத்திய சமயத்திலும் அதைக் கொடூரமாக ஒடுக்கியவர். 1988-ம் ஆண்டு மார்ச், ஜூன் கிளர்ச்சி சமயத்திலும் மாணவர்களைக் குருதி வெள்ளத்தில் மிதக்க விட்டவர்.

இத்தகைய கேடுகெட்ட நபர்களை வைத்துக்கொண்டு நீ வினும், அவருடைய மகள் சாண்டாவின் என்பவரும் சூத்ர தாரிகளாக இருந்துகொண்டு பர்மா நாட்டை ஆட்டிப்படைத்து வந்தனர். சாண்டாவின் பர்மிய ராணுவத்தில் 'மேஜர்' பதவிப் பொறுப்பில் வைக்கப்பட்டிருந்தனர். நீ வினுடைய பிரதான ஆலோசகர் அவருடைய மகள்தான் என்பது அனைவரும் அறிந்த ஒன்றே.

ஜனாதிபதியாகத் தேர்ந்தெடுக்கப்பட்ட செய்ன் லீவின், தன்னைப் பலப்படுத்திக் கொள்ளும் பொருட்டு பிரதம அமைச்சரையும், அரசாங்க தலைமை வழக்கறிஞரையும் பதவியிலிருந்து நீக்கினார். மாணவர்கள் கலவரத்துக்கு இவர்கள்தாம் பொறுப்பு என்று பழி சுமத்தினார்.

புதிய அரசியல் மாற்றங்களை எதிர்நோக்கியிருந்த பர்மிய மக்கள், தாங்கள் ஏமாற்றப்பட்டு விட்டோம் என்பதையறிந்து மீண்டும் கிளர்ச்சியில் இறங்கினர். தெருக்களில் பயங்கர மோதல்கள் ஏற்படத் தொடங்கின. பல நகரங்களில் தடையரண்கள் அமைக்கப்பட்டன.

மாணவர்கள் மற்றும் பொதுமக்கள் ஒரு புறமும், அரசாங்க ஆயுதப் படைகள் மறுபுறமுமாக பல இடங்களில் கடும் மோதல்கள் நடைபெற்றன. பலர் கொல்லப்பட்டனர். ராணுவத்தினரிடையேயும் அதிருப்தி வெளிப்படத் தொடங்கியது. சவாங் என்ற நகரில், ஐயாயிரம் பேர் கலந்து கொண்ட ஆர்ப்பாட்ட கூட்டத்தின் மீது காவல்துறையினர் துப்பாக்கிச் சூடு நடத்தியதில் 31 பேர் கொல்லப்பட்டனர்.

நிலைமை தனது பிடியை விட்டுப் போகிறது என்பதைக் கண்ட நீ வின், செய்ன் லீவின்னைப் பதவியிலிருந்து விலகும்படிச் செய்தார். ஜனாதிபதியாகப் பதவியேற்ற அந்த நபர் 17-வது நாளில் ராஜினாமா செய்தார்.

பர்மிய மக்களுக்கு இந்தச் செய்தி மகிழ்ச்சியை அளித்தது. அவர்களிடம் சிறிது நம்பிக்கை ஏற்பட்டது. ஆனால், அதுவும் நீடிக்கவில்லை.

திரைமறைவு சூத்ரதாரி நீ வின் தனது மற்றொரு கையாளான மாங் மாங் (Maung Maung) என்பவரை, பர்மாவின் ஜனாதி

பதியாக்கினார். அவர் பதவியேற்றதும் ராணுவச் சட்டத்தை நீக்கினார். 2700-க்கும் மேற்பட்ட கைதிகளை விடுவிக்கும்படி உத்தரவிட்டார். ஒரு கட்சி ஆட்சி முறை குறித்து மக்களிடையே வாக்கெடுப்பு நடத்தப்படுமென்று கூறினார். இதை அறிந்த பர்மிய மக்கள் மகிழ்ச்சியடைந்தனர். 'நமக்கு வெற்றி, நமக்கு வெற்றி!' என்று ஆர்ப்பாட்டக்காரர்கள் தெருக்களில் நடன மாடினர்.

7. புதிய அமைப்பு உருவாகிறது

மக்கள் உற்சாக வெள்ளத்தில் மிதந்தனர். ஆனால், அவர்களுக்கு வழிகாட்டியாக இருந்து தலைமை தாங்கக் கூடிய சரியான அரசியல் கட்சி எதுவும் பர்மாவில் இல்லை. ஆங் ஸான் உள்ளிட்ட பல பிரபலமான நபர்கள் இருந்தாலும் சொல்லிக் கொள்ளும்படியாக அரசியல் கட்சி எதுவும் அங்கே பெரிதாக இல்லை.

செப்டம்பர் மாதம் 24-ம் தேதியன்று அரசாங்க எதிர்ப்பு மனோபாவங்கள் கொண்ட ஆங் ஸான், தின் ஊ (Tin u), ஆங் கி (Aung Gyi) ஆகியோர் ஒன்றுகூடினர். ஜனநாயகத்தைக் காப்பதற்கான போராட்டத்தில் மாணவர்கள், தொழிலாளர்கள், புத்த பிட்சுகள் ஆகியோரை ஒன்றிணைக்கும் பொருட்டு 'ஜனநாயகத்துக்கான கழகம் (League for Democracy) என்ற அமைப்பினை உருவாக்கினர். ஒரு பிரகடனத்தையும் வெளியிட்டனர். இரண்டு முக்கிய விஷயங்கள் முன்னிறுத்தப்பட்டன. ஒன்று, பல வாரங்களாக நடைபெற்று வரும் பொது வேலை நிறுத்தத்தைத் தொடர்ந்து நடத்த வேண்டும். இரண்டு, சிறைப்படுத்தப்பட்டுள்ள ஆர்ப்பாட்டக்காரர்கள் விடுதலை செய்யப்பட வேண்டும்.

தங்களுடைய நோக்கம் என்னவென்பதை செப்டம்பர் 25-ம் தேதியன்று 'ஏஷியா வீக்' ஏட்டின் செய்தியாளருக்கு அளித்த பேட்டியில், ஆங் ஸான் சூ கீ தெளிவுபடுத்தினார்.

'... ஜனநாயக இயக்கத்துக்கு வழிகாட்டுவதற்கு ஒரு முறையான அமைப்பு உருவாக்கப்பட வேண்டிய நேரம் வந்துவிட்டதென்று நாங்கள் மூவரும் முடிவு செய்தோம். முன்னாள் பிரதமர் ஊ நூ எங்களுடன் சேர விரும்பினால் அவரையும் அழைக்கத் தயார். தனி நபர்களாகவோ குழுக்களாகவோ மக்கள் எங்களுடன் சேர வேண்டுமென்று அழைக்கின்றோம். மாணவர்களும், இந்தக் கழகத்தை ஆதரிப்பார்களென்று நான் நம்புகிறேன். ஏனென்றால் அவர்களும் அதே லட்சியத்துக்காகப் போராடிக் கொண்டிருக்கி றார்கள். சக்தி வாய்ந்த முறையில் செயல்படும் பொருட்டு மிகவும் இணக்கமான ஒரு அமைப்பை உருவாக்க நாங்கள் விரும்புகிறோம்.'

முன்னெப்பொழுதும் கண்டிராத அளவில் பர்மா பெரும் எழுச்சியைக் கண்டது.

ரங்கூனில் வேலை நிறுத்தம் செய்து வந்த தொழிலாளிகள் ரயில் போக்குவரத்தையும், விமானப் போக்குவரத்தையும் தடுத்து நிறுத்தினர். அரசாங்கத்துக்குச் சொந்தமான எண்ணெய் சுத்தி கரிப்பு ஆலையையும், தொழிற்கூடங்களையும் மூடச் செய்தனர். நகரின் துறைமுகப் பணியையும் பாதிக்கச் செய்தனர். அரசாங்க அலுவலகங்களுக்கு பணியாளர்கள் போக மறுத்தனர். தலை நகரின் சிறையிலிருந்த கைதிகள் சிறைச்சாலைக்குத் தீ வைத்தனர். ரங்கூனுக்கு தென் கிழக்கிலிருந்த சிறைச்சாலையை உடைத்து, அங்கிருந்த 500-க்கும் மேற்பட்ட கைதிகள் தப்பி யோடினர். அரசாங்கத்தை ஆதரிக்கும் ஆறு செய்தித்தாள்களின் தொழிலாளர்கள் வேலை செய்ய மறுத்தனர். இதன் விளைவாக சுவரொட்டி மற்றும் தட்டிகள் மூலம்தான் மக்களுக்குத் தகவல் கள் போய்ச் சேர்ந்தன.

மாநிலங்களைப் பொறுத்தவரை, பல நகர கவுன்சில்கள் பதவி யில் இருந்து விலகினர். அதிகாரிகள் தங்கள் பொறுப்புகளைக் கைவிட்டனர்.

பர்மாவின் தென்பகுதியிலுள்ள கடற்கரை நகரமான மௌல்மீன் (Moulmein) என்ற நகரத்தில் புத்த பிட்சுகள் தலைமையில் சென்ற

மக்கள் கூட்டம், சுங்க இலாகா அலுவலகத்தைத் தாக்கிய பொழுது ஆறு பேர் கொல்லப்பட்டனர். சுங்கத்துறை அதிகாரிகள், கடற்படைக் கப்பல்களுக்குள் ஓடி தஞ்சம் புகுந்தனர்.

பர்மாவின் இரண்டாவது பெரிய நகரமான மாண்டலே, புத்த பிட்சுகளின் கட்டுப்பாட்டின் கீழ் இருந்தது. காவியுடை தரித்த பிட்சுகள் போக்குவரத்தை ஒழுங்குபடுத்திக் கொண்டிருந்தனர்.

மாண்டலே நகரத்தில் 2 லட்சத்துக்கும் மேற்பட்டோர் ஆர்ப்பாட்டம் நடத்தினர். ரங்கூனில் 10 லட்சம் பேர். அந்த மக்கள் எழுச்சியின் பிரதிபலிப்பானது ராணுவத்திலும் எதிரொலிக்க ஆரம்பித்தது. ராணுவத்தினர் பலர், தங்கள் ராணுவப் பிரிவுகளை விட்டு நீங்கினர்.

'இடைக்கால அரசாங்கம் ஏற்படுத்தப்பட வேண்டும், பல கட்சிகளுள்ள ஜனநாயக முறை ஏற்படுத்தப்பட வேண்டும், சுதந்தரமான தேர்தல்கள் நடத்தப்பட வேண்டும், அரசியல் சார்பற்ற ராணுவம் உருவாக்கப்பட வேண்டும்!' என்பது போன்ற சில கோரிக்கைகளை அழுத்தம் திருத்தமாக மக்களும் எதிர்க் கட்சிகளும் முன்வைத்தனர்.

தரைப்படை, ஆகாயப்படை, கடற்படை ஆகியவற்றைச் சேர்ந்த சுமார் 6000 ராணுவத்தினர், மக்களுடைய எழுச்சியில் கலந்து கொண்டனர். ரங்கூன் ராணுவப் பயிற்சிக் கழகத்தில் பயின்று வந்த பட்டதாரிகளில் பெரும்பாலோர் மேஜர்கள் மற்றும் லெப்டினெண்ட் கர்னல்கள். எதிர்க்கட்சியினரையும் உள்ளிட்ட இடைக்கால அரசாங்கம் உருவாக்கப்பட வேண்டுமென்று இவர்கள் கோரினர்.

8. ராணுவத்தின் வெறித்தனம்

மாங் மாங் பதவியேற்று இரண்டு வாரங்களிலேயே நாட்டில் பெரும் எழுச்சி ஏற்பட்டுள்ளதைக் கண்ட நீ வின் மற்றொரு சதியைச் செய்தார்.

செப்டம்பர் 18-ம் தேதியன்று மாலையில் திடீரென்று வானொலியிலும் தொலைக்காட்சியிலும் ஓர் அறிவிப்பு வெளியானது. அதாவது நாட்டின் நிலைமை சீர்கேட்டைந்திருப்பதால், பர்மாவின் ராணுவ அமைச்சரும் பிரதம தளபதியுமான ஜெனரல் சா மாங் (General Saw Maung) அதிகாரத்தை எடுத்துக்கொண்டு விட்டார். அவருக்கு முன்பு இருந்த மாங் மாங்கின் ஆட்சி அகற்றப்பட்டு விட்டது.

பர்மிய மக்கள் அடைந்த ஆத்திரத்துக்கு அளவேயில்லை. லட்சக்கணக்கானோர் சாலைகளில் கூடினர். அரசாங்க எதிர்ப்பு கோஷங்களை முழங்கினர், தடையரண்களை அமைத்தனர்.

இந்த அறிவிப்புகள் வெளியாகும் சமயத்திலேயே, ராணுவத்தினர் தெருக்களில் குவிக்கப்பட்டனர். ரங்கூனில் இரவு 8 மணி முதல் காலை 4 மணி வரை ஊரடங்கு உத்தரவு பிறப்பிக்கப்பட்டது. அரசாங்க அமைப்புமுறை கலைக்கப்பட்டதாகவும், ஆர்ப்

பாட்டங்கள் தடை செய்யப்பட்டுள்ளதாகவும் ஜெனரல் சா மாங் அறிவித்தார்.

ஜனநாயக ஆட்சிமுறை வேண்டுமென்பதற்காக நீண்டகாலமாகப் போராடி வந்த பர்மிய மக்கள், தங்கள் நம்பிக்கைகளைச் சிதறடித்த இந்த அறிவிப்பைக் கேட்டு குமுறியெழுந்தனர். பர்மாவில் ரத்த ஆறு ஓடியது.

ராணுவ ஆட்சியை எதிர்க்க முடியாதென்று முழக்கமிட்டவாறே பர்மிய மக்கள் கூர்மையாக்கப்பட்ட மூங்கில்களையும், ஈட்டிகளையும் ஏந்திக்கொண்டு தெருக்களில் ஆர்ப்பாட்டம் நடத்தினர். 'நாங்கள் கோழைகளல்ல, நாங்கள் போராடியே தீருவோம்!' என்று முழங்கிய மக்கள் மீது பர்மிய ராணுவம் இயந்திரத் துப்பாக்கிகளை வைத்து துப்பாக்கிச் சூடு நடத்தியது. ரங்கூன் நகரின் பல பகுதிகளில் நடத்தப்பட்ட துப்பாக்கிச் சூடுகளில், பல நூற்றுக்கணக்கான மக்கள் கொல்லப்பட்டனர்.

ஆனால், இவை எதுவுமே மக்களைப் பணிய வைக்க முடியவில்லை. அன்று இரவு, அடுத்த நாளும் தொடர்ந்த அந்த எதிர்ப்பு, பர்மா முழுவதிலும் பெரும் கலவரமாக வெடித்தது. ராணுவத்தினரால் சுட்டுக் கொல்லப்பட்டவர்களின் உடல்கள் தெருக்களில் சிதறிக் கிடந்தன. அவர்களின் உடலிலிருந்து சிதறிய ரத்தம் தெருக்களைச் சிவப்பாக்கியிருந்தது.

அதைத் தொடர்ந்து நடைபெற்ற சம்பவங்கள், கல் நெஞ்சங்கள் கொண்டோரையும் கலங்க வைப்பவையாகும்.

தெருக்களில் நுழைந்த ராணுவத்தினர், இறந்து கிடந்த மக்களின் உடல்களை, ராணுவ லாரிகளில் அள்ளிச்சென்று ரங்கூனிலுள்ள கியான் தா இடுகாட்டுக்குக் கொண்டு சென்றனர். அந்த இடுகாடானது, போதைப் பொருட்கள் விற்பனை, இதர சமூக விரோதச் செயல்களுக்கான மையமாகும்.

துப்பாக்கிச் சூட்டில் இறந்தவர் உடல்களுக்கிடையே குண்டுக் காயம் பட்டு உயிருக்குப் போராடிக் கொண்டிருந்தவர்களும் இருந்தனர். அவர்களுடைய முனகல் ஓசையைக் கேட்ட ராணுவ வெறியர்கள், அவர்களை வெளியே இழுத்துக் காப்பாற்ற முயற்சி செய்யவில்லை. உயிருக்குப் போராடிக் கொண்டிருந்த அவர்களையும் சுட்டுத்தள்ளி இதர பிணங்களோடு சேர்த்து எரித்தனர்.

தெருக்களில் குண்டுக் காயம்பட்ட பலர், மருத்துவமனைக்கு மக்களால் எடுத்துச்செல்லப்பட்டனர். ஆனால் அங்கே, ரத்தமோ பிளாஸ்மாவோ இல்லை. அங்கிருந்த மருத்துவர்கள் கிடைக்கும் மருந்துகளை வைத்து முடிந்த அளவு மக்களைக் காப்பாற்ற முயற்சித்தனர். போதுமான பிணவறை வசதி இல்லாததால், பிணங்கள் மூட்டைகளைப் போல் குவிக்கப்பட்டன. சிகிச்சை யளிக்கும் மருத்துவர்களையும் ராணுவத்தினர் விட்டு வைக்க வில்லை. அவர்கள் மீதும் துப்பாக்கிச் சூடு நடத்தினர்.

வெறிபிடித்த ராணுவத்தினர், துப்பாக்கிச் சூட்டைக் கண்டித்த பள்ளிச் சிறுமிகளையும் ஈவிரக்கமின்றி சுட்டுக் கொன்றனர். நள்ளிரவில் ரங்கூன் சர்வகலாசாலைக்குள் நுழைந்த ராணுவத் தினர் பல நூற்றுக்கணக்கான மாணவர்களைக் கைது செய்தனர்.

ஆறு வார காலம் நீடித்த இந்த மோதலில் 3 ஆயிரம் பேர் கொல்லப்பட்டனர். பல்லாயிரக்கணக்கானோர் கைது செய்யப் பட்டனர்.

9. சூ கீ வேண்டுகோள்

பர்மிய ராணுவ ஆட்சியின் கொலைவெறிப் போக்கும் அட்டூழியங்களும் ஆங் ஸான் சூ கீயை பெரிதும் வேதனைக்குள்ளாக்கின. ஆம்னஸ்டி இண்டர்நேஷனல் (Amnesty International) அமைப்புக்கு சுடச்சுட ஒரு கடிதம் எழுதினார். நிராயுத பாணிகளாக இருக்கும் மக்கள் ராணுவ ஆட்சியாளர்களால் அநியாயமாகப் படுகொலை செய்யப்படுவதைத் தடுக்க, உலக நாடுகள் அனைத்தும் உதவ வேண்டும் என்று வேண்டுகோள் விடுத்தார். செப்டம்பர் 24-ம் தேதி எழுதிய கடிதத்தில் சூ கீ பின்வருமாறு கூறுகிறார்:

'செப்டம்பர் 1-ம் தேதியன்று, உங்கள் அமைப்பைச் சேர்ந்த திரு ஹெடர் என்பவர் எனது அலுவலகத்துடன் தொடர்பு கொண்டு, ஊழியர்கள் இங்கே வரக்கூடிய அளவுக்கு நிலைமையில் மாறுதல் ஏற்பட்டதும், தகவல் தெரிவிக்கும்படி கேட்டுக் கொண்டுள்ளார். அத்துடன், புதிய மனித உரிமை மீறல்கள் குறித்தும் தெரிவிக்கும்படி கேட்டுக் கொண்டுள்ளார். சமீப வாரங்களில் இந்த நாட்டில் ஏற்பட்ட கொந்தளிப்பும், ராணுவ ஆட்சியாளரின் பிடியில் சிக்கி அது வேதனைப்படுவதையும், உங்கள் அமைப்புடன் நான் தொடர்ந்து தொடர்புகள்

வைத்துக்கொள்ள முடியாத நிலையில் இருப்பதையும் சந்தேகத்துக்கு இடமின்றி நீங்கள் அறிந்திருப்பீர்கள்.

பர்மாவில் மனித உரிமைகள் லட்சியத்துக்கு உங்கள் அமைப்பு நடைமுறையில் உதவிடும் வழி ஒன்று உள்ளது. அதைச் சுட்டிக்காட்டவே இந்தக் கடிதத்தை எழுதுகின்றேன். ஐக்கிய நாடுகள் சபையில், வரும் செவ்வாய்க்கிழமை முதல் உலக நாடுகளின் அயல்துறை அமைச்சர்கள் பொது விவாதத்தில் பங்கேற்க இருக்கிறார்கள்.

பர்மாவில், அமைதியையும் ஜனநாயகத்தையும் ஏற்படுத்துவதற்காகப் போராடிக்கொண்டிருக்கும் நானும் எனது கூட்டாளிகளும் ஒரு விஷயத்தில் நம்பிக்கை கொண்டுள்ளோம். முடிந்தளவு அயல்துறை அமைச்சர்கள், பர்மாவில் அடிப்படை மனித உரிமைகள் தொடர்ந்து மீறப்படுவது குறித்து தங்களுடைய ஆழ்ந்த கவலையைத் தங்களுடைய உரைகளில் வெளிப்படுத்த வேண்டும். அதிலும் குறிப்பாக, பள்ளிச் சிறுவர்கள் மற்றும் புத்தத் துறவிகள் உள்ளிட்ட நிராயுதபாணிகளான ஆர்ப்பாட்டக்காரர்கள், ஆயுதப்படைகளால் பெரும் எண்ணிக்கையில் கொன்று குவிக்கப்பட்டிருப்பதையும் மிக வன்மையாகக் கண்டிக்க வேண்டும்.

நான் சம்பந்தப்பட்ட மட்டில், பர்மாவில் உள்ள அந்த நாடுகளின் தூதர்களை இன்று சந்தித்து இந்த விஷயத்தைக் குறித்துப் பேசுகின்றேன். மேலும், சர்வதேச நியாயாதிபதிகள் குழுவுக்கும் (International Commission of Jurists) பிற சர்வதேச அமைப்பினருக்கும் இந்தக் கடிதத்தின் சாராம்சத்தைத் தெரிவிக்கும்படி கேட்டுக் கொள்கின்றேன்.'

பர்மிய ராணுவ ஆட்சியின் மற்றொரு கொடூரமான செயலையும் சூ கீ, ஆம்னெஸ்டியின் கவனத்துக்குக் கொண்டு சென்றார்.

அக்டோபர் 15 ம் தேதியன்று ரங்கூனில் ஹோட்டல்களிலும், டீக்கடைகளிலும் உணவருந்திக் கொண்டிருந்த 600-க்கும் மேற்பட்ட மாணவர்களை, ராணுவத்தினர் கைது செய்து ராணுவ லாரிகளில் கொண்டு சென்றனர். இவர்களை ராணுவத்தினரின் ஆயுதங்களையும் உணவுப் பொருள்களையும் தூக்கிச் செல்லும் சுமை தூக்குபவர்களாக நடத்தினர். பர்மிய ராணுவத்தினருக்கும், கரேன்கள் போன்ற இனக்குழுவினருக்குமிடையே அப்போது

மோதல் நடைபெற்றுக்கொண்டிருந்தது. பல்லாண்டுகளாக நடந்து வரும் சங்கதிதான் இது.

அது மட்டுமல்ல! ராணுவத்தினருக்கு முன்பாகச் செல்லும்படி இந்த மாணவர்கள் கட்டாயப்படுத்தப்பட்டனர். ஏனென்றால், எதிர்த்தரப்பினர் விதைத்திருந்த ஏராளமான கண்ணிவெடிகளில் சிக்கி ராணுவத்தினர் இறக்கக் கூடாது என்பதற்காக மாணவர்கள் நிர்ப்பந்திக்கப்பட்டனர். ஏராளமான மாணவர்கள் கண்ணி வெடிகளில் சிக்கி உயிரிழந்தனர்.

இந்த உண்மைகள் அத்தனையையும் ஆம்னஸ்டியின் கவனத் துக்குக் கொண்டு சென்றார் சூ கீ.

வெறும் அறிக்கைகள் விடுத்ததோடு நிற்கவில்லை. அக்டோபர் மாத இறுதியிலிருந்து நவம்பர் மாதம் முடிய 50-க்கும் மேற்பட்ட நகரங்களுக்கு சுற்றுப்பயணம் செய்து லட்சக்கணக்கான மக்களிடம் உரையாற்றினார். பெகு மாண்டலே, சகாயிங் போன்ற ஒவ்வொரு நகரத்திலும் பல்லாயிரக்கணக்கான மக்கள், தடையை மீறி உற்சாகத்துடன் அவரை வரவேற்றனர்.

10. கீழ்த்தரமான பிரசாரம்

டிசம்பர் 3 ம் தேதியன்று 'ஜனநாயகத்துக்கான தேசியக் கழகத்தில்' பிளவு ஏற்பட்டது. சூ கீயுடன் சேர்ந்து அந்த அமைப்பை உருவாக்கியவர்களுள் ஒருவரான ஆங் கை (Aung Gyi) என்பவர், அந்த அமைப்பில் கம்யூனிஸ்டுகள் ஊடுருவி விட்டார்கள் என்ற போலித்தனமான குற்றச்சாட்டைக் கூறி, தனிக் கட்சி வைத்துக்கொண்டார். பழைய ராணுவ அதிகாரியான இந்த நபர், நே வினுடைய கையாள் என்பதும், எதிர்க்கட்சியை உடைக்க அவரால் அனுப்பப்பட்டவர் என்பதும் அம்பலமானது.

இதற்குப் பின் சூ கீ மீது கெடுபிடிகள் அதிகரிக்கத் தொடங்கின. அவர், மௌல்மீன் (Moulmein) மற்றும் தென் கிழக்கு பர்மாவில் டிசம்பர் 8 முதல் 18-ம் தேதி வரை சுற்றுப்பயணம் செய்தபொழுது ராணுவத்தினர் ஆத்திரமூட்டும் பல செயல்களைப் புரிந்தனர். ஒலிபெருக்கிகள் பொருத்தப்பட்ட ராணுவ வாகனங்களில் சுற்றி வந்த ராணுவத்தினர், மக்கள் யாரும் தெருவுக்கு வரக் கூடாது என்றும், சூ கீயை வரவேற்கக் கூடாது என்றும் ஒலிபெருக்கி மூலம் மிரட்டினர். ஆனால், மக்கள் இந்த மிரட்டலுக்கெல்லாம் மசியவில்லை. தெருக்களில் இறங்கி சூ கீயை உற்சாகமாக வரவேற்றனர். ஆனால் சூ கீ

உரையாற்றிச் சென்றபின், அவருடைய கட்சி ஊழியர்கள் கைது செய்யப்பட்டு சிறையில் அடைக்கப்பட்டனர்.

பர்மாவின் ராணுவ அரசாங்கம், சூ கீயின் புகழ் வளருவதையும், மக்கள் அவரை ஜனநாயகத்தைக் காக்க வந்த தலைவராகக் கருதி அவர்பின் அணி திரள்வதையும் கண்டு அவருக்கெதிராக நீசத்தனமான செயல்களில் இறங்கியது. 'ஜனநாயகத்துக்கான தேசியக் கழகத்தின்' பிரசாரத்தைத் தடை செய்தனர். சூ கீ காமப் பேய் என்பது போலவும் பல கணவர்களை வைத்திருப்பவர் என்பது போலவும் சித்திரிக்கும் கேலிச் சித்திரங்களைக் கொண்ட துண்டுப் பிரசுரங்களை ராணுவத்தினர் விநியோகித்தனர். கம்யூனிஸ்ட் ஆலோசகர்களால் அவர் சூழப்பட்டிருக்கிறார் என்று வானொலியிலும் தொலைக்காட்சியிலும் பொய்ப் பிரசாரங்கள் தொடர்ந்து செய்யப்பட்டன.

ஆங்கிலேயர்களால் அடிமைப்படுத்தப்பட்டு தங்கள் நாட்டு மக்கள் சுரண்டப்பட்டதாலும், இந்திய கந்து வட்டிக்காரர்களால் கசக்கிப் பிழியப்பட்டதால் பர்மிய மக்களுக்கு அவர்கள் மீதுள்ள வெறுப்பை ராணுவ ஆட்சியாளர்கள் பயன்படுத்த முயற்சித்தனர்.

சூ கீயின் கணவர் மைக்கேல் ஏரிஸ், ஆங்கிலேயர் என்றும், அதிலும் இந்திய ரத்த உறவு கொண்டவர் என்றும் அற்பத் தனமான பிரசாரத்தைக் கட்டவிழ்த்து விட்டனர். சூ கீயை பர்மிய மக்களிடமிருந்து தனிமைப்படுத்த முயற்சித்தனர்.

ஆனால் இவையெல்லாம் சூ கீயின் உறுதியை அசைக்க முடியவில்லை.

கடந்த பல மாதங்களாகவே நோய்வாய்ப்பட்டிருந்த சூ கீயின் அன்னையார் தா கின் குய் டிசம்பர் 27-ம் தேதியன்று காலமானார். பர்மாவின் தேசியத் தந்தையாக கருதப்படும் ஆங் ஸானின் துணைவியாரான அவருடைய மரணம், பர்மிய மக்களை மிகவும் துயரங்கொள்ளச் செய்தது. சூ கீக்கும் அது ஈடு செய்யமுடியாத பேரிழப்பாகும்.

இரண்டு வயதில் தந்தையை இழந்தது முதல், தாயின் முழுக் கவனிப்புடனும் பரிவுடனும் வளர்க்கப்பட்ட சூ கீக்கு ஆதர்ச சக்தியாகத் திகழ்ந்தவர் தா கின் குய்.

அவருடைய மரணச் செய்தி பரவியதும், பல்லாயிரக்கணக்கான மக்கள் இறுதி மரியாதைச் செலுத்த, சாரை சாரையாக சூ கீயின் இல்லத்துக்கு வந்தனர்.

சூ கீயின் சகோதரர் அமெரிக்கப் பிரஜையாகி அந்த நாட்டிலேயே தங்கிவிட்டார். அவர் பர்மா வந்து போவதற்கு ராணுவ ஆட்சி அனுமதியளித்தது.

ஒரு வார காலத்துக்குப் பிறகு 1989 ஜனவரி 2 ம் தேதியன்று, தா கின் க்யியின் இறுதி நிகழ்ச்சிகள் அமைதியாக நடந்து முடிந்தன. அவரது இறுதி ஊர்வலம் 9 கி.மீ. தூரமிருந்தது. 1 லட்சம் மக்கள் அதில் கலந்து கொண்டனர். சவ ஊர்வலம் புறப்படும் முன்பு சூ கீ ஒரு வேண்டுகோள் விடுத்தார்: 'என்னுடைய அன்னையார் தனது இறுதிப் பயணத்தைத் தொடங்கியுள்ளார். அமைதியாகவும், கட்டுப்பாடுடனிருந்து அவரை அனுப்பிவைக்க வேண்டுகிறேன்.'

1988 செப்டம்பர் 18 ம் தேதியன்று ராணுவ ஆட்சி தொடங்கியதில் இருந்து, கூட்டம் கூடும் உரிமை, ஊர்வலமாகப் போகும் உரிமை போன்ற அனைத்து உரிமைகளையும் இழந்த மக்கள், மனக்கொதிப்புடன் இந்தச் சவ ஊர்வலத்தில் பங்கெடுத்துக் கொண்டனர். சூ கீயின் வேண்டுகோள்படி அவர்கள் கட்டுப்பாடாகவே இருந்தனர். ஒருவேளை அப்படி இல்லாமல் போயிருந்தால் அந்த இறுதி ஊர்வலம், ராணுவத்தினரின் தாக்குதலுக்கு ஆளாகியிருக்கும். அநியாயமாக, பலர் கொல்லப்பட்டிருப்பார்கள்.

தா கின் க்யியின் இறுதி நிகழ்ச்சி முடிவுற்ற பின்னர் ஊர்வலத்தினர் அமைதியாக திரும்பிச் சென்றனர். மாணவர் பிரிவினர் மட்டும்

'ஜனநாயகப் போரில் வீழ்ந்த நம் தோழர்களை மறவோம்!'

'ஒடுக்குமுறைக்கு அடிபணியோம்!'

போன்ற முழக்கங்களை எழுப்பியவாறே சென்றனர்.

அன்னையின் மரணத்துக்குப்பின் சூ கீயின் பணி அதிகரிக்கத் தொடங்கியது. அதே சமயத்தில் அவரது ஆதரவாளர்கள் மீது ஒடுக்குமுறையும் கட்டவிழ்த்து விடப்பட்டது. ஜனவரி மாத

நடுவில் ஐராவதி மாவட்டத்தில் சூ கீ சுற்றுப்பயணம் செய்யும் போது அவரது ஆதரவாளர்கள் கைது செய்யப்பட்டனர். தா கின் குய்யின் இறுதி ஊர்வலமானது, பர்மிய ராணுவ ஆட்சியாளர் களுக்கு பெரும் கலக்கத்தை ஏற்படுத்திவிட்டது.

பிப்ரவரி மாதத்தில் ஷான் மாநிலத்துக்கு சூ கீ போவதற்கு முன்பே, ராணுவ ஆட்சியாளர்கள் மக்களையும் அவருடைய கட்சியின் உறுப்பினர்களையும் மிரட்ட ஆரம்பித்தனர். அவர்கள் கைது செய்யப்படுவார்கள் என்றும் மிரட்டினர்.

மார்ச் மாதம் 13-ம் தேதியை ஜனநாயகத்துக்கான தேசியக் கழகமும் இதர கட்சிகளும் 'பர்மா மனித உரிமை தினமாக' கொண்டாடின. ஜனநாயகத்துக்கான போராட்டத்தில் முதல் மாணவர் கொல்லப்பட்டதன் முதலாவது ஆண்டு அது. அதையொட்டி தேசியக் கழகத்தின் அலுவலகத்தின் முன்பும், ரங்கூன் சர்வகலாசாலையிலும் பெரும் பொதுக்கூட்டங்கள் நடைபெற்றன. பல்லாயிரக்கணக்கான மக்களும், மாணவர் களும் கலந்துகொண்ட இவ்விரு கூட்டங்களிலும் சூ கீ சிறப்புரை ஆற்றினார். இவ்விரு இடங்களையும் ஏராளமான ராணுவத்தினர் சூழ்ந்து நிற்க, காவல் துறையினர் ஒலிபெருக்கி மூலம் கூட்டங் களை நடத்தவொட்டாமல் இடையூறு செய்தபோதிலும், சூ கீயின் வேண்டுகோளுக்கிணங்க அனைவரும் பொறுமை காத்தனர்.

அதே மார்ச் மாதக் கடைசியில் அகில இந்திய வானொலிக்கு அளித்த பேட்டியில் சூ கீ இரு விஷயங்களைத் தெளிவுபடுத்தி னார். 'தன்னுடைய கட்சியானது எவ்வளவு விரைவில் முடியுமோ அவ்வளவு விரைவில், பர்மிய மக்கள் அடிப்படை மனித உரிமைகளைப் பெறுவதற்கு முயற்சி செய்கிறதென்றும், ஒரு இடைக்கால அரசாங்கம் அமைப்பதையோ தேர்தலையோ நோக்கமாகக் கொண்டிருக்கவில்லையென்றும் கூறினார். இத்தகைய அடிப்படையான மனித உரிமைகள் பெறப்பட்டு விட்டால், அந்த உரிமைகளில் ஒன்றான சுதந்தரமான மற்றும் நியாயமான தேர்தல்கள் என்பது காரிய சாத்தியமாகி விடும்!' என்று அந்தப் பேட்டியில் சூ கீ கூறினார்.

11. சூ கீ எச்சரிக்கை

ஏப்ரல் மாதம் முதல் வாரத்தில் ஐராவதி மாவட்டத்தில் சூ கீ சுற்றுப்பயணம் செய்துகொண்டிருந்த போது அந்தச் சம்பவம் நடந்தது.

வீதி வீதியாகப் பிரசாரம் செய்து கொண்டிருந்தார் சூ கீ. அப்போது ஒரு ராணுவ கேப்டன் தலைமையில் ஜீப்பில் வந்து கொண்டிருந்த ஐந்தாறு ராணுவத்தினர் திடீரென்று ஜீப்பிலிருந்து குதித்து சாலையில் மண்டியிட்டு சூ கீயை நோக்கி துப்பாக்கியைக் குறி வைத்தனர். அதைக் கண்ட சூ கீ, தன்னுடன் வந்த ஆதரவாளர்களை இருபுறமும் போகச் சொல்லி விட்டு ராணுவத்தினரை நோக்கி வந்து 'சுட விரும்பினால் சுடுங்கள்!' என்று கூறினார். இந்த சமயத்தில் அங்கு வந்த ராணுவ மேஜர் ஒருவர், சுடக் கூடாது என்று கேப்டனுக்கு உத்தரவிட்டார். எனவே, மரணத்தின் கோரப் பிடியிலிருந்து சூ கீயால் தப்ப முடிந்தது.

ராணுவ ஆட்சியாளர்கள், எதிர்க்கட்சிகளின் அறிக்கைகள் அச்சிடப்படுவதையும் அவற்றின் விநியோகத்தையும் கட்டுப்படுத்தக் கூடிய முறையில் சில அறிவிப்புகளை வெளியிட்டனர். சூ கீ இதை வன்மையாகக் கண்டித்தார். சட்டபூர்வமாகப்

பதிவு செய்யப்பட்டிருக்கும் அரசியல் கட்சிகளுக்கு ஆவணங் களை வெளியிடுவதற்கு உரிமை உண்டு என்றும், மக்களுடன் தொடர்பு கொள்ள இது மட்டுமே பிரதான தொடர்பு வடிவமாக இருப்பதால் தன்னுடைய கட்சி அதைத் தொடர்ந்து செய்யு மென்றும் பதிலடி கொடுத்தார். எந்தவொரு விஷயத்தையும் அச்சிட்டு வெளியிடுவதற்கு முன்பு அரசாங்கத்தின் அனு மதியைப் பெற வேண்டுமென்ற அரசாங்கக் கட்டளையை தனது கட்சி புறக்கணிக்குமென்றும் அவர் கூறினார்.

கடந்த பல மாதங்களில் கொல்லப்பட்ட ஜனநாயகப் போராளிகளுக்கு அஞ்சலி செய்வதற்காக ஜூன் மாதம் 21-ம் தேதி தேசியக் கழகத்தில் நினைவுக் கூட்டம் ஒன்று கூட்டப்பட்டது. அதைத் தொடர்ந்து அந்தப் போராளிகள் கொல்லப்பட்ட இடத்தில் மலர் வளையங்கள் வைக்கப்பட்டன. அன்று ராணுவத்தினர் சூ கீயை கைது செய்து குறுகிய நேரம் காவலில் வைத்தனர்.

இதைத் தொடர்ந்து ஆர்ப்பாட்டக்காரர்களுக்கும் ராணுவத்தின ருக்குமிடையே மோதல் ஏற்பட்டது. ராணுவத்தினரின் துப் பாக்கிச் சூட்டில் ஒருவர் கொல்லப்பட்டார். சிறிது நேரத்துக்குப் பின் விடுதலை செய்யப்பட்ட சூ கீ, ராணுவத்தினரின் போக்கை வன்மையாகக் கண்டித்தார்.

'ஜனநாயக ஆதரவு இயக்கத்தில் உயிரிழந்தோருக்காக அமைதி யான முறையில் நினைவு நாளை அனுஷ்டித்துக் கொண்டிருந் தவர்கள் மீது ராணுவத்தினர் துப்பாக்கிச் சூடு நடத்துவார் களேயானால் நாங்கள் ரத்தம் சிந்துவதும் ஒருபோதும் நிற்காது.' என்று அவர் எச்சரித்தார்.

ராணுவ ஆட்சியாளர்கள் சூ கீயைக் கைது செய்து சிறையிலடைக் கும் பொருட்டு, அவர் மீது பழி சுமத்தும் பணியில் இறங்கினர்.

ஜூன் மாதம் வெளியிட்ட 8 பக்கங்கள் கொண்ட ராணுவ அரசாங்கத்தின் அறிக்கையில், 'ஜனநாயகத்துக்கான தேசியக் கழகமானது கம்யூனிஸ்ட்கள் தூண்டுதலால் உருவாக்கப்பட்ட தென்றும், புனிதமானவற்றை இழிவுபடுத்துவது முதல் ராணு வத்தை உடைப்பது வரையிலான காரியங்களை ஆங் ஸான் சூ கீ செய்கிறார், என்று கூறியது. ராணுவத்துக்குள் மக்கள் பக்கம் நிற்கக் கூடிய நேர்மையான அதிகாரிகள் இருக்கிறார்கள். அதே

சமயத்தில் தங்களுடைய அதிகாரத்தைத் தக்கவைத்துக்கொள்ள வேண்டுமென்று கருதும் நேர்மையற்ற அதிகாரிகளும் இருக்கிறார்கள் என்று சூ கீ பேசியதாக அரசாங்க வானொலி அவர் மீது குற்றஞ்சாட்டியது.

'மக்கள் நியாயமான சட்டங்களைக் கடைப்பிடிக்க வேண்டும். அநியாயமான சட்டங்களுக்கு தலை வணங்கக் கூடாது' என்று சூ கீ பேசியதாகவும் அத்துடன் 'ஜனநாயகத்துக்கான தேசியக் கழகமானது மக்கள் பக்கம் நிற்குமென்றும், ஆட்சியாளரை எதிர்க்குமென்றும்' அவர் பேசியதாகக் குற்றஞ்சாட்டியது. இத்தகைய பேச்சுகள் அனைத்தும் குழப்பத்தை ஏற்படுத்தும் நோக்கம் கொண்டவை. அரசாங்கத்தை எதிர்ப்பதற்கு, மக்களையும் குழந்தைகளையும் தூண்டுபவை என்று அந்த வானொலி குறிப்பிட்டது.

சூ கீ இந்தக் குற்றச்சாட்டுக்குப் பதிலளிக்கையில், தானும் தன்னுடைய கட்சியினரும் கம்யூனிஸ்ட் எதிர்ப்பாளர்கள் என்றும், முன்பு கம்யூனிஸ்ட்டாக இருந்தவர்கள் அல்லது கம்யூனிஸ்ட் தொடர்பு கொண்டவர்கள் தன்னுடைய கட்சியில் சிலர் இருந்தார்களென்றும், ஆனால் அவர்களனைவரும் கம்யூனிசத் தத்துவத்தை ஏற்கெனவே நிராகரித்து விட்டனர் என்பதோடு கட்சியின் உறுப்பினர்களாக இல்லை என்றும் கூறினார்.

இந்த வாதப் பிரதிவாதங்கள் நடைபெற்றுக் கொண்டிருக்கும் நேரத்திலேயே சூ கீ தொடர்ந்து சுற்றுப்பயணம் மேற்கொண்டு வந்தார்.

ஜூன் மாதத்தில் தேசியக் கழகத்தின் நிர்வாகக் குழு உறுப்பினர்கள் இருவர் கைது செய்யப்பட்டு காவலில் வைக்கப்பட்டனர்.

சூ கீ தனது கூட்டங்களில் பேசும்பொழுது, பர்மாவின் மறைமுக சூத்திரதாரியான நே வின்னை அம்பலப்படுத்தி, தொடர்ந்து பேசி வந்தார். மக்கள் சாத்வீகமாகவே போராட வேண்டும். வன்முறையிலோ குழப்பம் ஏற்படுத்தும் முறையிலோ போராடக் கூடாது என்றும் வலியுறுத்தினார்.

ஜூலை 3 ம் தேதியன்று ரங்கூனில் 10 ஆயிரம் பேர் திரண்ட பொதுக் கூட்டத்தில் சூ கீ பேசும்பொழுது, ராணுவ ஆட்சியாளர்

கள் அரசியல் கட்சிகளைச் சந்தித்து நடப்பிலுள்ள தப்பெண்ணங் களை அகற்ற வேண்டுமென்றும், அரசியல் பிரச்னைகளைத் தீர்க்க அரசியல் வழிமுறைகளைப் பயன்படுத்த வேண்டுமே அல்லாது அதிகார பலத்தைப் பயன்படுத்தலாகாது என்றும் கூறினார்.

ஜுலை 8-ம் தேதி அளித்த பேட்டியில், அவர் கூறியிருப்பதைக் கவனியுங்கள். 'என்னுடைய கட்சி கம்யூனிஸ்ட் முறைகளைப் பயன்படுத்தாது. ஒத்துழையாமை இயக்கத்தையே நடத்தும்!'. மகாத்மா காந்தி, மார்ட்டின் லூதர்கிங் போன்றோர் சூ கீயை எந்த அளவுக்குப் பாதித்திருந்தனர் என்பதைப் புரிந்துகொள்ளலாம்.

எதிர்க்கட்சிகளுடன் பேச்சு நடத்த அரசாங்கம் மறுப்பதற்குக் காரணம் நீ வின்தான் என்று தான் தொடர்ந்து கருதுவதாகவும் அவர் கூறினார். ராணுவம் நடுநிலை வகிக்க வேண்டுமென்றே நாங்கள் விரும்புகின்றோம். நிரந்தர ராணுவம் என்பது அதைத்தான் செய்ய வேண்டும் என்றும் அவர் கூறினார்.

ஜுலை 10-ம் தேதியன்று ரங்கூனில் 30 ஆயிரம் பேருக்குமேல் கலந்துகொண்ட பொதுக்கூட்டத்தில் சூ கீ பேசும்பொழுது, தனது கட்சி அநீதியான சட்டங்களுக்கெதிராக, சட்டமறுப்பு இயக்கத்தைத் தொடர்ந்து நடத்துமென்று கூறினார். அரசாங் கத்தின் உத்தரவை மீறுவதென்றால், மக்களை ஒடுக்கக்கூடிய சட்ட விரோத கட்டளைகளை ஏற்க மறுப்பது என்றுதான் பொருளாகும் என்று அவர் கூறினார்.

12. சூ கீ கைது

சூ கீ ஜூலை 16 ம் தேதி ஒரு அறிவிப்பு செய்தார். ஏற்கெனவே அறிவித்தபடி தனது கட்சியும், இதர எதிர்க்கட்சிகளும் ஜூலை 19 ம் தேதியை தியாகிகள் தினமாக கொண்டாடப் போவதாகவும், அதே போல் இதர நினைவு நாள்களையும் கொண்டாடுவோமென்றும் அறிவித்தார்.

'அரசாங்கத்துடன் மோத வேண்டுமென்ற விருப்பம் எங்களுக்குக் கிடையாது. எந்தக் குழப்பத்தையும் நாங்கள் விரும்பவில்லை. எங்களுடைய பேரணிகளை அமைதியாக நடத்தவே நாங்கள் விரும்புகிறோம். அரசியல் பிரச்னைகளைத் தீர்க்க ஆயுதங்களைப் பயன்படுத்துவதற்கு எதிர்ப்பு தெரிவிக்க நினைவு நாள்களை நாங்கள் தொடர்ந்து கடைபிடிப்போம்!' என்று சூ கீ வெளிநாட்டுப் பத்திரிகைகளுக்கு அளித்த பேட்டியில் கூறினார். தானும், தனது கட்சியின் நிர்வாகக்குழு உறுப்பினர்களும் கைது செய்யப்படலாமென்று சூ கீ கருதுவதாக அப்பத்திரிகைகள் தெரிவித்தன.

ராணுவ அரசாங்கம் மிக மோசமான அறிவிப்பு ஒன்றை வெளியிட்டது. 'இளநிலை ராணுவ அதிகாரிகள் உள்ளிட்ட அனைத்து ராணுவ அதிகாரி

களும், அரசியல் எதிர்ப்பாளர்களைக் கைது செய்யலாம். அப்படிக் கைதானவர்களுக்கு, மூன்று வருஷ கடின உழைப்பு தண்டனையோ ஆயுட் தண்டனையோ மரண தண்டனையோ விதிக்கலாம்!' என்று பயங்கரமானதொரு அறிவிப்பை வெளியிட்டது.

இந்த நடவடிக்கையை சூ கீ வன்மையாகக் கண்டித்தார். அரசாங்கத்தின் மக்கள் விரோத ஒடுக்குமுறையின் தொடர்ச்சியே இது என்றும் அவர் கூறினார். தியாகிகள் நினைவு தினம் திட்டமிட்டபடி அமைதியாக நடக்குமென்றும் அவர் கூறினார்.

இந்த நினைவு தினத்தை மக்கள் கொண்டாடவிடக் கூடாது என்று முடிவு செய்த ராணுவ ஆட்சியாளர்கள், ரங்கூன் நகருக்குள் பல்லாயிரக்கணக்கான ராணுவத்தினரையும் பீரங்கிகளையும் இதர ஆயுதங்களையும் கொண்டு வந்தனர். ஜூலை 19-ம் தேதியன்று காலை 6 மணி முதல் மாலை 6 மணி வரை ரங்கூன் நகரில் ஊரடங்கு உத்தரவு இருக்குமென்று அறிவித்தனர்.

இவற்றைக் கண்ட 'ஜனநாயகத்துக்கான தேசியக் கழகம்' பேரணியை ரத்து செய்தது. மக்களை கொலைக்களத்துக்கு அழைத்துச் செல்ல தான் விரும்பவில்லை என்று அறிவித்தது. அத்துடன் மக்கள் அனைவரும் வீட்டுக்குள்ளேயே இருக்க வேண்டுமென்றும், நாம் நமது சொந்த நாட்டிலேயே ராணுவ ஆட்சியாளரின் கீழ் கைதிகளாக இருக்கிறோம் என்பதை உலகம் அறிந்து கொள்ளட்டும் என்று அந்தக் கட்சி கூறியது.

ஊரடங்கு உத்தரவு இருந்தபொழுதிலும், அதையும் மீறி 3 ஆயிரம் இளைஞர்கள் ஆங் ஸான் சிலையை நோக்கி ஊர்வலமாகப் போனார்கள். ஆனால், பர்மிய ராணுவம் அவர்களை அடித்து விரட்டியது.

சூ கீயின் வீட்டுக்கு வெளியே 11 லாரிகளில் ராணுவத்தினர் குவிக்கப்பட்டிருந்தனர். தனிப்பட்ட முறையில் சென்று, தியாகிகள் சின்னத்துக்கு அஞ்சலி செலுத்துவதற்காக சூ கீ வெளியே வந்தபொழுது அவர் தடுத்து நிறுத்தப்பட்டார். அவருடைய தந்தையார் சுட்டுக் கொல்லப்பட்ட அந்த நாள்தான் தியாகிகள் தினமாக பர்மாவில் அனுஷ்டிக்கப்படுகிறது.

ஜூலை 20-ம் தேதியன்று சூ கீயும், தேசியக் கழகத்தின் தலைவர் தின் ஊ (Tin U) என்பவரும் 12 மாத காலத்துக்கு வீட்டுக் காவலில்

வைக்கப்பட்டுள்ளதாக ராணுவ அரசாங்கம் அறிவித்தது. நெருங்கிய உறவினர்கள் மட்டுமே அவர்களைச் சந்திக்க முடியுமென்று கட்டுப்பாடு விதித்தது. அவ்விருவரின் தொலைபேசிகளும், இதர தகவல் தொடர்பு சாதனங்களும் துண்டிக்கப்பட்டன.

சூ கீ கைது செய்யப்பட்டதைத் தொடர்ந்து அவரது கட்சியின் நிர்வாகக் குழு உறுப்பினர்களும் 2000-க்கும் மேற்பட்ட ஆதரவாளர்களும் கைது செய்யப்பட்டனர். கைது செய்யப்பட்டவர்கள், தடியடிக்கும் சித்ரவதைக்கும் ஆட்படுத்தப்பட்டனர்.

தேசியக் கழகத்தின் தாற்காலிக பொதுச் செயலாளராக பணியாற்றிய சிட் கைங் என்பவரும் மற்றொரு தலைவரான கை மாங் என்பவரும் 'உளவு பார்த்தார்கள்' என்ற போலிக் காரணத்தின் கீழ் செப்டம்பர் 6ம் தேதி கைது செய்யப்பட்டனர். இதைத் தொடர்ந்து, கட்சியின் பிரசுரப் பதிப்பாளரும் தகவல் பொறுப்பாளரும் கைது செய்யப்பட்டு காவலில் வைக்கப்பட்டனர்.

13. உண்ணாவிரதப் போராட்டம்

ரங்கூனிலுள்ள இன் செய்ன் சிறையில் தனது ஆதரவாளர்கள் எந்த நிலைமைகளில் வைக்கப் பட்டுள்ளார்களோ அதே நிலைமையில் தானும் வைக்கப்பட வேண்டுமென்று வீட்டுக் காவலில் வைக்கப்பட்ட சூ கீ கோரினார். ஆனால், ராணுவ ஆட்சியாளர்கள் அந்தக் கோரிக்கையை ஏற்க மறுத்தனர்.

எனவே சூ கீ, ஜூலை 21-ம் தேதியன்று உடனடியாக உண்ணாவிரதப் போராட்டத்தைத் தொடங்கினார். வெறும் தண்ணீரை மட்டுமே அருந்தினார். ராணுவ ஆட்சியாளர்கள் இந்தச் செய்தி வெளியே வராதபடி தடுக்க முயற்சி செய்தனர். ஆனால் சர்வதேசப் பத்திரிகைகளில் அது பெரிய செய்தியாக வெளி யானது. உண்ணாவிரதம் 12 நாள்கள் நீடித்தது.

12 ஆவது நாளில் ராணுவ ஆட்சியாளர்கள் இறங்கி வந்தனர். சிறையிலுள்ள சூ கீயின் ஆதரவாளர்கள் மனிதத்தன்மையற்ற விசாரணைகளில் ஈடுபடுத்தப் படவில்லையென்றும், அவர்களது மீதான வழக்கு கள் சட்டப்படி நடத்தப்படுமென்றும் சூ கீக்கு வாக்களித்தனர். எனவே சூ கீ ஆகஸ்ட் 1-ம் தேதி யன்று உண்ணாவிரதத்தை நிறுத்தினார்.

தேசியக் கழகத்தின் தலைவரான தின் ஊ, ராணுவ ஆட்சியாளர்களால் மூன்று வருஷ கடின உழைப்பு தண்டனைக்கு ஆளாக்கப்பட்டார். முன்னாள் பிரதமரான ஊ நுவும் இதர சிறிய கட்சிகளின் தலைவர்களும் கைது செய்யப்பட்டு, வீட்டுக் காவலில் வைக்கப்பட்டனர். அரசியல் கூட்டங்கள் தடை செய்யப்பட்டன. தேர்தல் பிரசுரங்கள் கடும் தணிக்கைக்கு உட்படுத்தப்பட்டன. மேற்கத்திய பத்திரிகையாளர்கள் பர்மாவில் இருந்து வெளியேற்றப்பட்டனர். தேர்தலில் போட்டியிடக்கூடிய வேட்பாளர்கள் பட்டியலில் இருந்து சூ கீயின் பெயர் அகற்றப்பட்டது.

சூ கீ உண்ணாவிரதம் தொடங்கிய மூன்றாவது நாளில், அவரையும் அவருடனிருக்கும் தங்கள் இரு மகன்களையும் சந்திப்பதற்காக சூ கீயின் கணவர் மைக்கேல் ஏரிஸ் ரங்கூனுக்கு வந்தார். அவர், எந்த ஒரு தூதராலயத்துடனும் தொடர்பு கொள்ளக் கூடாதென்றும், அரசியலில் ஈடுபட்டுள்ள எவருடனும் தொடர்பு வைத்துக்கொள்ளக் கூடாதென்ற நிபந்தனையின் பேரிலும், சூ கீயுடன் தங்கியிருக்க அனுமதிக்கப்பட்டார்.

செப்டம்பர் மாதத்தில் இங்கிலாந்தில் விடுமுறை முடிந்து பள்ளிகள் திறக்கப்படுவதை ஒட்டி சூ கீயின் கணவரும், மகன்களும் லண்டனுக்குப் பயணமானார்கள்.

அவர் லண்டனுக்குப் போய்ச் சேர்ந்த சில நாள்களுக்குள்ளேயே, இரு மகன்களின் பர்மிய பாஸ்போர்ட்டுகளும் ரத்து செய்யப்பட்டு விட்டன என்று ஏரிஸுக்கு, லண்டனிலுள்ள பர்மியத் தூதரகம் தகவல் கொடுத்தது.

எனவே, அவ்வாண்டு கிறிஸ்துமஸ் விடுமுறையின் பொழுது ஏரிஸ் மட்டும் ரங்கூனுக்கு வந்து மனைவியுடன் சில வாரங்கள் தங்கியிருந்தார். அதன்பின் ஏரிஸ் லண்டனுக்குச் சென்றார். அதுதான் சூ கீயை அவர் கடைசியாகச் சந்தித்தது. அதன்பின்பு பர்மாவுக்கு வர அவர் அனுமதிக்கப்படவில்லை.

பர்மாவின் ராணுவ ஆட்சியாளர்கள், ஜனநாயகத்தின் குரல் வளையை நெரிப்பதையும் மக்களால் தேர்ந்தெடுக்கப்பட்ட பிரதிநிதிகளிடம் அதிகாரத்தை ஒப்படைக்க மறுப்பதையும் உலக நாடுகள் வன்மையாகக் கண்டித்தன. அரசியல் கட்சித்

தலைவர்களை உடனடியாக விடுதலை செய்து அதிகார மாற்றம் செய்ய வேண்டுமென்று அவை கோரின.

உலக நிர்ப்பந்தத்தின் காரணமாக ராணுவ ஆட்சியாளர்கள் ஒரு அறிக்கை வெளியிட்டனர். சூ கீயைத் தாங்கள் விடுதலை செய்யத் தயார் என்றும், ஆனால் அவர் உடனடியாக பர்மாவை விட்டு வெளியேற வேண்டுமென்றும் நிபந்தனை விதித்தனர். சூ கீ இதை ஏற்க மறுத்துவிட்டார்.

தான் பர்மாவிலிருந்து வெளியேறுவதற்கு அவர் சில நிபந்தனைகள் விதித்தார். பர்மாவில் முறையாகத் தேர்தல் நடத்தப்பட்டு, தேர்ந்தெடுக்கப்பட்ட மக்கள் பிரதிநிதிகளிடம் அரசாங்க அதிகாரம் ஒப்படைக்கப்பட வேண்டும். தான் வானொலியிலும் தொலைக்காட்சியிலும் தோன்றி மக்களிடம் உரையாற்ற அனுமதிக்கப்பட வேண்டும். ரங்கூன் விமான நிலையத்துக்கு ஊர்வலமாகச் செல்ல அனுமதிக்கப்பட வேண்டும் ஆகிய மூன்று நிபந்தனைகளை சூ கீ விதித்தார். ஆனால், ராணுவ ஆட்சியாளர்கள் அதை ஏற்க மறுத்து விட்டனர்.

சூ கீயையும் இதரத் தலைவர்களையும் சிறையில் அடைத்து விட்டோம். எதிர்க்கட்சிகளைத் தலைதூக்காதபடி செய்து விட்டோம் என்று கருதிய ராணுவ ஆட்சியாளர்கள், பெயரள வுக்கு ஒரு தேர்தலை நடத்தி மக்களை ஏமாற்றிவிடலாம் என்று தப்புக் கணக்கு போட்டனர். தங்களுடைய கட்சிக்கு மக்க ளிடம் அவப் பெயர் ஏற்பட்டிருந்ததால், 'பர்மா சோசலிஸ்ட் மக்கள் கட்சி' என்ற அந்தப் பெயரை மாற்றி 'தேசிய ஒற்றுமைக் கட்சி' (National Unity Party) என்று பெயரிட்டுக் கொண்டனர். தேர்தல் கமிஷ்னர் மூலமாக, பொதுத் தேர்தலுக்கான அறிவிப்பை வெளியிட்டனர்.

சூ கீயின் 'ஜனநாயகத்துக்கான தேசியக் கழகம்' அவரை ஒரு தொகுதியில் போட்டியிடச் செய்யும் பொருட்டு வேட்பு மனு வில் கையெழுத்திட்டு வாங்கி, அதை சம்பந்தப்பட்ட தேர்தல் அதிகாரியிடம் சமர்ப்பிக்கவும் செய்தது. தேர்தல் கமிஷனும் அதை ஆரம்பத்தில் ஏற்றுக்கொண்டது. ஆனால் ராணுவ ஆட்சியாளரின் 'தேசிய ஒற்றுமைக் கட்சி' வேட்பாளர், சூ கீ மனுவை ஏற்கக் கூடாதென்று கூறினார். சூ கீ அரசாங்கத் துருப்புகளை எதிர்த்துப் போராடும் அதிருப்தியாளர்களுடன்

தொடர்பு கொண்டு இருப்பதாகவும், அவர் தேர்தலில் போட்டியிடத் தகுதியற்றவர் என்றும் எதிர்ப்பு கூறியது. தேர்தல் அதிகாரியும் அதை ஏற்றுக்கொண்டு, சூ கீ போட்டியிடத் தகுதியற்றவர் என்று கூறினார்.

சூ கீயின் ஆதரவாளர்கள் நேரடியாக தேர்தல் கமிஷனுக்கே மேல் முறையீடு செய்தனர். ஆனால் அது நிராகரிக்கப்பட்டது. 1990 ம் ஆண்டு பிப்ரவரி மாதம் வெளியிடப்பட்ட அங்கீகரிக்கப்பட்ட வேட்பாளர்கள் பட்டியலில் சூ கீயின் பெயர் இல்லை.

14. மகத்தான வெற்றி

3 கோடியே 80 லட்சம் மக்கள் உள்ள பர்மாவில், 234 அரசியல் கட்சிகள் தங்களைப் பதிவு செய்திருந்த போதிலும், 93 கட்சிகள் மட்டுமே தங்கள் வேட்பாளர்களை நிறுத்தின. சூ கீயின் 'ஜனநாய கத்துக்கான தேசியக் கழகம்' 485 தொகுதிகளில் போட்டியிட்டது.

தங்களுடைய ஆட்சிக்கெதிராக மக்களிடம் வீசும் ஆத்திரப்புயலை, ராணுவ ஆட்சியாளர்களால் மதிப்பிட முடியவில்லை. 1990-ம் ஆண்டு மே மாதம் 27-ம் தேதி பர்மாவின் பொதுத்தேர்தல் நடை பெற்று, வாக்குகள் எண்ணப்பட்ட பொழுதுதான் மக்கள் தங்களுக்கு மரண அடி கொடுத்துள்ளனர் என்பதை ராணுவ ஆட்சியாளர்களால் உணர முடிந்தது. பதிவான வாக்குகளில் தேசியக் கட்சி மிகப் பெரும்பான்மையான வாக்குகளையும், மிகப் பெரும்பான்மையான இடங்களையும் பிடித்தது. போட்டியிட்ட 485 இடங்களில் அது 392 இடங் களைப் பிடித்தது.

பர்மியர் அல்லாத இனக்குழு சிறுபான்மையினர் கட்சியான 'ஜனநாயகத்துக்கான தேசிய இனங்களின் கழகம்' (United Nationalities League for Democracy) *14*

சதவிகித இடங்களைப் பெற்றது. ரங்கூனில் ராணுவத்தினரின் வாக்குகள் அதிகரித்திருந்த போதிலும், ராணுவ ஆட்சியாளரின் கட்சி ஒரு இடத்தைக் கூடப் பெற முடியவில்லை.

இந்த தேர்தல் போராட்டமானது ஜனநாயகத்தைப் பாதுகாக்க நிற்கும் சூ கீயுக்கும், ராணுவ சர்வாதிகார ஆட்சிக்காக நிற்கும் நீ வினுக்குமிடையிலான போராட்டமாகவே மக்களால் காணப்பட்டது. அவர்கள் ஜனநாயகத்துக்காக தங்கள் பேராதரவை அளித்தனர். சர்வாதிகார சக்திகளுக்கு பலத்த அடி கொடுத்தனர்.

தேர்தலில் படுதோல்வியடைந்த பின்னும் ராணுவ ஆட்சியாளர்கள், அதிகாரத்தை மக்களின் பிரதிநிதிகளிடம் கொடுக்கத் தயாராகயில்லை. சூ கீ சிறைப்படுத்தப்பட்டு ஓராண்டு முடிந்த பின்னர், ஓர் அறிவிப்பு செய்தனர். அனைத்து எதிர்க்கட்சிகளும் தடை செய்யப்பட்டுள்ளன என்றும், நடைபெற்ற தேர்தலானது எவ்வகையிலும் தங்களுடைய ஏகபோக அதிகாரத்தை மாற்றவில்லை என்றும் அறிவித்தனர்.

சூ கீ சிறைப்படுத்தப்பட்ட இரண்டாவது ஆண்டின் துவக்க நாளில் ஆங்காங்கே சில ஆர்ப்பாட்டங்கள் நடைபெற்றன. அந்த ஆகஸ்ட் 8 ம் தேதியன்று மாண்டலே நகரில் ஆர்ப்பாட்டம் செய்த மாணவர்கள் மற்றும் புத்த பிட்சுகள் மீது ராணுவத்தினர் துப்பாக்கிச் சூடு நடத்தினர். இதில் இரண்டு மாணவர்களும், இரண்டு புத்த பிட்சுகளும் கொல்லப்பட்டனர். இது நாடு முழுவதிலும் புத்த பிட்சுகளிடையே பெரும் கொந்தளிப்பை ஏற்படுத்தியது. அந்த புத்த பிட்சுகள், ராணுவம் மற்றும் போலீஸ் துறையைச் சேர்ந்தவர்களுக்கும் அவர்களது குடும்பங்களுக்கும் மதச் சடங்குகளைச் செய்ய மறுத்தனர்.

இவற்றைக் கண்டு ஆத்திரம் அடைந்த ராணுவ ஆட்சியாளர்கள், புத்த பிட்சுகளை மிரட்டி அவர்கள் மீது நிர்ப்பந்தம் செலுத்த முயன்றனர். புத்த பிட்சுகளின் பகிஷ்காரம் என்பது கம்யூனிஸ்டுகள் தூண்டுதலால் நடைபெறும் ஒன்று என்று பழி சுமத்திய ராணுவ ஆட்சியாளர்கள் புத்த மடாலயங்களுக்குள் புகுந்து சோதனையிடத் தொடங்கினர். சில மத அமைப்புகளைத் தடை செய்தனர். தூக்கு தண்டனை விதிக்கப்படும் என்று கூறி, சில பிட்சுகளை சிறையிலடைத்தனர்.

ஆகஸ்ட் 29 ம் தேதியன்று ஜனநாயகத்துக்கான தேசியக் கழகமும், ஜனநாயகத்துக்கான ஐக்கிய தேசிய இனங்கள்

கழகமும் ஒரு கூட்டறிக்கையை வெளியிட்டன. அரசாங்கம், உடனடியாக நாடாளுமன்றத்தைக் கூட்ட வேண்டுமென்றும், மனித உரிமைகள் மீது விதிக்கப்பட்டுள்ள கட்டுப்பாடுகளை நீக்க வேண்டுமென்றும், சூ கீயையும் தின் ஊவையும் உடனடியாக விடுதலை செய்ய வேண்டுமென்றும் கோரின.

ஆனால், ராணுவ அரசாங்கம் இதை ஏற்குமா? அது ஒடுக்கு முறையை தீவிரப்படுத்தியது. தேசியக் கழகத்தின் மத்திய நிர்வாகக் குழு உறுப்பினர்கள் பலரையும், நாடாளுமன்றத்துக்கு அந்தக் கட்சியின் சார்பில் தேர்ந்தெடுக்கப்பட்ட உறுப்பினர்கள் பலரையும் கைது செய்து சிறையிலடைத்தது. அந்த நாடாளு மன்ற உறுப்பினர்களுக்கு 10 வருஷங்கள் முதல் 25 வருஷங்கள் வரையிலான சிறைத் தண்டனைகள் விதிக்கப்பட்டன.

ராணுவ ஆட்சி எத்தகைய கொடுமையைப் புரிந்து வருகிறது என்பதை ஆம்னஸ்டி விடுத்துள்ள அறிக்கை அம்பலப்படுத்து கிறது. பர்மா அரசாங்கம் 19 சித்திரவதை மையங்களை செயல் படுத்தி வருவதாகவும், அரசியல் எதிர்ப்பாளர்கள் என்று கருதப் படுவோர் அங்கே அடிக்கப்பட்டும் மின்சார அதிர்ச்சி கொடுக்கப் பட்டும் மிருகத்தனமான முறையில் சித்திரவதை செய்யப் படுகிறார்கள் என்றும் குறிப்பிடும் அந்த அறிக்கை, மற்றொரு கொடூர நிகழ்ச்சியையும் விவரித்துள்ளது.

அந்தக் கைதிகளின் காயங்களில் உப்பைத் தேய்த்து அவர்களைத் துடிக்கச் செய்கிறார்களென்றும், உடைந்த கண்ணாடித் துண்டுகளைப் பரப்பி அவற்றின் மீது ஊர்ந்து செல்லும்படி நிர்ப்பந்திக்கிறார்களென்றும் ஆம்னஸ்டி அம்பலப்படுத்தியது. அத்துடன் அந்தக் கழகம் வெளியிட்டுள்ள 72 பக்கங்கள் கொண்ட விசேஷ அறிக்கையில் பர்மாவின் ராணுவ ஆட்சியாளர்கள், திட்டமிட்ட வன்முறை சித்ரவதை மூலம் ஜனநாயக இயக்கத்தின் குரல்வளையை நெறித்து வருகின்றனர் என்று குறிப்பிட்டுள்ளது.

பர்மாவின் சிறைகளிலுள்ள அரசியல் கைதிகளின் எண்ணிக்கை 8000 பேர் வரை இருக்கும் என்று மற்றொரு தகவல் கூறுகிறது.

ரங்கூனிலுள்ள இன்செய்ன் சிறையில் மட்டும் ஆயிரம் அரசியல் கைதிகள் உள்ளனர். இவர்களில் பலர் மருத்துவர்கள், பொறியிய லாளர்கள், எழுத்தாளர்கள் மற்றும் அறிவுஜீவிகள். இந்தச் சிறையிலுள்ள கிரிமினல் குற்றவாளிகள் சிறைக்குள் வசதியாக சுற்றிக் கொண்டிருக்க, அரசியல் கைதிகள் தொடர்ந்து

சித்ரவதைக்கு ஆளாகி வருகிறார்கள். அவர்களுக்கு முறையான மருத்துவ வசதிகளோ, சரியான உணவோ அளிக்கப்படுவதில்லை. மோசமான நிலைமைகளில் வைக்கப்பட்டுள்ள அவர்களைக் கண்காணித்து வந்த சிறைக்காவலர்கள் அகற்றப்பட்டு, அந்த இடத்தில் பர்மாவின் ரகசியப் போலீஸ் வைக்கப்பட்டது.

இந்த அரசியல் கைதிகளில் மிகப் பெரும்பாலோர் ஜனநாயகத்துக்கான தேசியக் கழகத்தைச் சேர்ந்தவர்கள். 100 அரசியல் கைதிகளுக்கு மரண தண்டனை விதிக்கப்பட்டது.

ரங்கூன் புறநகர்ப் பகுதியைச் சேர்ந்த 13 14 வயது சிறுவர்கள் இருவர், அரசாங்கத்துக்கெதிராக தூண்டி விட்டார்கள் குழப்பம் விளைவித்தார்கள் என்ற காரணத்தைக் கூறி, மூன்று வருஷ தண்டனை விதிக்கப்பட்டு இந்தச் சிறையில் அடைக்கப்பட்டனர். அதேபோல், இதே போன்ற குற்றச்சாட்டின் கீழ் 16 வயது பள்ளிச் சிறுவன் ஒருவனுக்கு 7 வருஷ சிறைத் தண்டனை விதிக்கப்பட்டது. மின் கோ நைங் போன்ற 1988-ம் வருஷ மாணவர் எழுச்சித் தலைவர்கள் விசாரணையின்றி இந்தச் சிறையில் காவலில் வைக்கப்பட்டனர்.

அரசியல் கைதிகளை நீதிமன்றத்துக்கு கொண்டு சென்று விசாரிக்கப்படுவதில்லை. சிறைக்குள்ளேயே ராணுவ நீதிமன்றத்தால், எவ்வித விசாரணையுமின்றி தண்டிக்கப்பட்டனர்.

1990 ம் ஆண்டு மார்ச் மாதத்தில் இந்தச் சிறையிலிருந்த அரசியல் கைதிகள் 1938 ம் ஆண்டு மார்ச் மாத மாணவர் கிளர்ச்சியில் கொல்லப்பட்ட தங்கள் நண்பர்களுக்காக நினைவஞ்சலி கூட்டமொன்றை நடத்த முயற்சி மேற்கொண்டனர். ஆனால் ரகசியப் போலீஸ் அதை நடைபெறவிடாமல் செய்ததோடு அந்த அரசியல் கைதிகளை தனிமைச் சிறையிலடைத்து ஒவ்வொருவருக்கும் 30 பிரம்படிகள் கொடுத்து தண்டித்தது.

15. பர்மாவின் இனக் குழுக்கள்

1885-ம் ஆண்டில் பர்மா முழுவதையும் பிடித்த ஆங்கிலேயர்கள் தங்களுடைய கை வந்த கலையான பிரித்தாளும் சூழ்ச்சியை அங்கேயும் பயன்படுத்தினர். ஆங்கிலேயர்கள் பர்மாவைப் பிரிப்பதற்கு முன்பு, பர்மிய மன்னர்களுக்கும் சிறிய இனக் குழுக்களான ஷான்கள், கரேன்கள் அரக்கானியர்கள் மற்றும் இதர இனக் குழுக்களுக்கும் இடையே நல்ல உறவு இருந்தது. இந்த இனக்குழுக்கள் பர்மிய மன்னர் களுக்கு கப்பம் செலுத்தி வந்தனர் என்பதைத் தவிர, இதர விஷயங்களில் மிகுந்த சுதந்தரத்துடன் இருந் தனர். அவர்களுக்கென்று தனித்தனியான மொழியும், கலாசாரமும் பரம்பரை மன்னரும் இருந்தனர். ஆனால், ஆங்கிலேயர்கள் அங்கு அதிகாரத்தைப் பிடித்த பின்பு சில மாற்றங்கள் ஏற்பட்டன.

பர்மிய தேசிய இனம் இருந்த பகுதி, உண்மை யிலேயே காலனியாக இருந்தது. இது நேரடி ஆளு கைக்குட்பட்ட பர்மா என்று அழைக்கப்பட்டது. ஷான் பழங்குடி மக்கள் வசித்து வந்த 30-க்கும் மேற்பட்ட பகுதிகள் ஆங்கிலேயரின் பாதுகாப்பின் கீழ் உள்ள பகுதியாக அறிவிக்கப்பட்டது. கரேன்கள் இருந்த பகுதிகள் ஆங்கிலேய ஆட்சியின் கீழ் பெயரளவுக்கு சுதந்தரமான பகுதிகளாக இருந்தன.

ஏனென்றால், இது குறித்து இங்கிலாந்து அரசாங்கத்துக்கும் பர்மா மன்னரின் பிரதிநிதிக்கும் இடையே 1875-ம் ஆண்டில் ஓர் உடன்படிக்கை கையெழுத்தாகியுள்ளது.

ஆங்கிலேயர்கள், பர்மாவில் முதன்முதலில் தங்கள் ராணுவத்தையும் போலீஸையும் உருவாக்கும் நோக்கிலேயே தங்கள் பிரித்தாளும் சூழ்ச்சியையும் பின்பற்றினர். இவ்விரண்டு அமைப்புகளுக்கும் ஆள் சேர்க்க பொழுது, பர்மிய மக்களான பர்மன்களைவிட அதிகமாக கரேன்கள், கச்சின்கள், சின்கள் மற்றும் இந்தியாவிலிருந்து கொண்டு வரப்பட்டோரைச் சேர்த்தனர். ஏனெனில், பர்மன்களைவிட இவர்களைத்தான் நம்ப முடியும் என்று ஆங்கிலேயர்கள் கருதினர். இரண்டாவது உலகப்போர் தொடங்க இருந்த தருவாயில் ஆங்கிலேயரின் பர்மா படையில் இருந்தோரில் 1893 பேர் பர்மன்கள். அதேசமயம் 2797 பேர் கரேன்கள், 852 பேர் கச்சின்கள், 1258 பேர் சின்கள், இந்தியாவிலிருந்து வரவழைக்கப்பட்டோர் 2578 பேர் ஆவர்.

இந்தப் பழங்குடி மக்கள் பகுதிகளுக்குள் கிறிஸ்தவ பிரசாரகர்கள் நுழைந்து, அந்தப் பகுதி மக்களை கிறிஸ்தவர்களாக்கும் முயற்சியில் ஈடுபட்டனர்.

1931-ம் ஆண்டு பட்டினியால் வாடிய விவசாயிகள் அரசாங்கத்துக்கெதிராகக் கொதித்தெழுந்தனர். ஆனால் அது, கரேன் ராணுவத்தினரைக் கொண்டு ஒடுக்கப்பட்டது. இதிலிருந்து பர்மன்களுக்கும், கரேன்களுக்குமிடையே மோதல்கள் ஏற்படத் தொடங்கின.

ஆங்கிலேயர்களுக்கெதிராக பர்மாவில் தேசிய இயக்கம் வளர்ந்து வந்தபோது, அந்த இயக்கத்தின் தலைவர்கள் இதர இனக்குழுக்களையும் அந்தப் போராட்டத்தில் கொண்டுவர முயற்சி செய்தனர். ஆங் ஸான் ஒரு வழியை உருவாக்கினார். 'வேற்றுமையில் ஒற்றுமை' என்ற அந்த வழிப்படி, சிறுபான்மை இனக்குழுக்கள் ஒரு அரசியல் ஏற்பாட்டில் பர்மன்களுடன் சேர்ந்து ரங்கூனில் உருவாக உள்ள மத்திய அரசாங்கத் தலைமைக்கு விசுவாசமாக இருந்தால், அந்த இனக்குழுக்களுக்கு ஒரு குறிப்பிட்ட அளவு சுயாதிபத்தியம் வழங்கப்படும் என்பதாகும். 1947-ம் ஆண்டு பிப்ரவரி மாதம் 12-ம் தேதியில் ஷான் பிரதேசத்திலுள்ள பாங்லாங் (Panglong) என்ற இடத்தில் ஒரு மாநாடு நடைபெற்றது.

இதில் ஆங் ஸானும், ஷான், கச்சின் மற்றும் சின் இனக்குழு தலைவர்களும் கலந்துகொண்டனர். அவர்களனைவரும், உருவாக்கப்பட உள்ள சுதந்தர பர்மா யூனியனில் சேருவதற்குச் சம்மதித்தனர். ஆனால், சில இனக்குழுக்கள் அதில் சேர மறுத்தன. அந்த ஒப்பந்தம் கையெழுத்தான பிப்ரவரி 12-ம் தேதியானது பர்மாவில் 'யூனியன் தினமாக' தேசிய விடுமுறையுடன் கொண்டாடப்பட்டு வருகின்றது.

ஆங் ஸான் சுட்டுக் கொல்லப்பட்ட பின்பு உருவான சுதந்தர பர்மாவின் முதல் அரசியல் சட்டம், சிறுபான்மை இனக் குழுக்களின் நலன்களைப் பாதுகாக்கும் சில ஷரத்துகளைக் கொண்டிருந்தது. ஷான், கரேன் பிரதேசங்கள் விரும்பினால் தனியாகப் பிரிந்து போகலாம் என்று அந்த ஷரத்துகள் கூறின. எனினும், இந்த பிரச்னை குறித்து மத்திய அரசாங்கத்தை தமது பிடியில் வைத்துள்ள பர்மன்களிடையே கருத்து மாறுபாடு எழுந்தது.

1949-ம் ஆண்டில் தங்களுக்குத் தனிநாடு வேண்டுமென்று கோரி, கரேன்கள் ஆயுதப் போராட்டத்தில் இறங்கினர். அதுபோல் வேறு சில சிறு குழுக்களும் இறங்கின. ஆனால், பர்மாவின் ராணுவம் அவர்களை எல்லைப் பகுதிகளுக்கு விரட்டியது.

1980-ம் ஆண்டுகளில் ஊ நூவின் ஆட்சியின்பொழுது மீண்டும் இந்தப் பிரச்னை எழுந்தது. பர்மாவின் தேசியவாதிகள், இந்தச் சிறு தேசிய இனங்கள் தங்களுக்கென்று தனியாக மொழி, கலாசாரம் மற்றும் இடப்பகுதிகளைக் கொண்டிருக்கின்றன என்பதை ஏற்க மறுத்தனர். இவையனைத்தும் ஆங்கிலேயர் உருவாக்கியவை என்று கூறினர். சிறுபான்மை இனக்குழுக் களுக்கு சுயாதிபத்தியம் கொடுப்பது பர்மாவின் தேசிய ஒற்றுமைக்கு ஆபத்தை விளைவிக்கும் என்று அவர்கள் கூறினர். அன்று பிரதம தளபதியாக இருந்த நீ வினும் இதே கருத்தையே கொண்டிருந்தார். எனவே, ஒப்பந்தம் ஏற்பட வழி இல்லாது போனது.

1960-62-ம் ஆண்டுகளில் ஊ நூ பிரதமராக இருந்தபொழுது ஷான் இனக்குழு தலைவரான சா ஷ்வே தை கே என்பவர் ஒரு ஆலோசனை கூறினார். அதன்படி 1947-ம் வருஷத்திய அரசியல் சட்டத்தில் வரையறுக்கப்பட்டுள்ள சமஷ்டி அமைப்பு என்பது மேலும் தளர்த்தப்பட வேண்டும். எனவே பிரதமர் ஊ நூ,

ரங்கூனில் தேசிய இனங்களின் கருத்தரங்கு எவ்வித முடிவையும் எடுக்கும் முன்னரே, 1962 மார்ச் 2 ம் தேதி நே வின் அதிரடிப் புரட்சி மூலம் அதிகாரத்தைக் கைப்பற்றியதோடு, இந்தக் கருத்தரங்கில் பங்கேற்க வந்திருந்த அனைவரையும் கைது செய்து சிறையில் அடைத்தார். பர்மா சமஷ்டி அரசியல் சட்டம் அகற்றப்பட்டு அந்த இடத்தில் மத்தியத்துவப்படுத்தப்பட்ட ராணுவ ஆட்சி அமலுக்கு வந்தது.

கைது செய்யப்பட்டவர்களில் ஒருவரான சாவ் ஷ்வே தைக்கே, எட்டு மாதங்களுக்குப் பிறகு சிறையிலேயே மரணமடைந்தார். இதன் விளைவாக ஷான் மற்றும் கச்சின் பிரதேசங்களில் பெரும் கலவரங்கள் மூண்டன. அதிலிருந்து இன்றுவரை அந்தப் பிரச்னைக்கு எவ்விதத் தீர்வும் காணப்படவில்லை.

பர்மா சுதந்திரமடைந்ததிலிருந்தே, தங்களுக்கென தனிநாடு கேட்டுப் போராடும் ஆறு இனக் குழுக்களில் ஒன்று கரேன் இனக் குழுவாகும். அவர்கள், நாட்டின் தெற்குப் பகுதியில் தங்களுக் கென தனி நாடு வேண்டுமென கோரி வருகின்றனர். பர்மாவில் வாழும் 30 லட்சம் கரேன்களில் நான்கில் ஒரு பகுதியினர் தெற்கில் உள்ள வனப்பகுதி கிராமங்களுக்குள் ஓடிவிட்டனர். ஐந்தாயிரம் கரேன்களைக் கொண்ட ராணுவம் ஒன்றையும் அவர்கள் உருவாக்கியுள்ளனர். இவர்கள் கம்யூனிஸ்டு எதிர்ப் பாளர்களும் ஆவர்.

கரேன்கள், தங்கள் பிடியில் உள்ள இடங்களில் பள்ளிக்கூடங் களையும் மருத்துவமனைகளையும் நடத்தி வருகின்றனர். கல்வி என்பது ராணுவப் பயிற்சியோடு இணைந்திருக்கிறது. சிறுவர் களுக்கு பள்ளிப் படிப்புடன் ஆறு வயதிலிருந்தே ராணுவப் பயிற்சியும் அளிக்கப்படுகின்றது. அவர்களுக்கு 16 வயது ஆகும் பொழுது, கரேன் ராணுவத்தில் அவர்கள் சேர வேண்டும்.

1988 ம் ஆண்டு மாணவர்கள் கிளர்ச்சிக்குப் பிறகு, பர்மா ராணுவ ஆட்சியாளர்களால் பிடிக்கப்பட்டுவிடக் கூடாது என்பதற்காக வும், கரேன்களிடம் ராணுவப் பயிற்சி பெற்று பர்மா அரசாங் கத்துக்கெதிராக ஆயுதப் போராட்டம் நடத்த வேண்டுமென்றும் விரும்பிய ஆயிரக்கணக்கான பர்மிய மாணவர்களுக்கு, கரேன் கள் உதவி செய்து ராணுவப் பயிற்சியும் அளித்து வருகின்றனர்.

கரேன் கெரில்லாக்களின் தலைமையிடமானது மானர் பிளா (Maner Plaw) என்ற இடத்தில் இருக்கிறது. இது மலைகள் சூழ்ந்த

பகுதி என்பதோடு தாய்லாந்தின் எல்லைக்கருகில் உள்ளது. கடந்த 45 ஆண்டுக் காலமாக, தலைமுறை தலைமுறையாக, கரேன்கள் பர்மிய ராணுவத்துடன் மோதி வருகின்றனர் என்றா லும், இரு தரப்பினரும் அதே நிலையிலேயே இருக்கின்றனர்.

மற்றொரு பெரிய இனக் குழுவினரான ஷான்கள் என்பவர் களும் பர்மிய அரசாங்கத்துக்கு எதிராகத் தொடர்ந்து போராடி வருகின்றனர். அந்த இனக் குழுவினரைக் கொண்ட 768-ம் படைப் பிரிவு (768 Brigade), ஏற்கெனவே சுதந்தரப் பிரகடனம் செய்துள்ளது என்பதுடன் 'இளம் வீரப் போர் வீரர்கள்' என்ற பெயரையும் சூட்டிக்கொண்டுள்ளது. இந்தக் குழுவினர் 1950-ம் ஆண்டுகளிலிருந்தே பர்மிய அரசாங்கத்துடன் மோதி வரு கின்றனர்.

கரேன்கள், ஷான்கள் இனக் குழுக்களைப் போன்று தனி நாடு கோரி பர்மிய அரசாங்கத்துக்கெதிராகப் போராடி வரும் மூன்றா வது பெரிய இனக் குழுவினர் கச்சின்கள். இவர்கள் 'கச்சின் சுதந்தர அமைப்பு' (Kachin Independence Organization) என்ற அமைப்பை உருவாக்கியுள்ளனர். இந்த அமைப்பின் கீழ் உள்ள பகுதியில் மட்டும் 3 லட்சத்து 30 ஆயிரம் கச்சின்கள் வசிக்கிறார் கள். இந்த அமைப்பினர் தங்கள் பகுதியில் மருத்துவமனைகள், பள்ளிகள் மற்றும் ஆசிரியர் பயிற்சிப் பள்ளிகளையும் நடத்தி வருகின்றனர்.

1987-ம் ஆண்டு ஜூலை மாதத்தில், பர்மிய அரசாங்கத்துக் கெதிராக தனிநாடு கேட்டுப் போராடும் பல்வேறு இனக் குழுக் கள் சேர்ந்து 'தேசிய ஜனநாயக முன்னணி' (National Democratic Front) என்ற பெயரில் ஒரு ராணுவ அரசியல் அணியை உருவாக்கி உள்ளனர். இந்த அமைப்பின் ரகசியத் தலைமையகம் வடக்கு கரேன் பகுதியில் உள்ளது. முன்னாள் கரேன் ராணுவ வீரரான சா மா ரே என்பவர் இதன் பொதுச்செயலாளர். 'தாங்கள் அனை வரும் சேர்ந்து 35 ஆயிரம் போராளிகளை வைத்திருப்பதாகவும், பர்மாவில் தங்களுக்கிடையில் ஒற்றுமையை ஏற்படுத்தியிருப்ப தாகவும் அது நீ வின்னைப் பயங்கொள்ளச் செய்திருப்பதுடன் நடுக்கங்கொள்ளவும் செய்திருக்கிறது' என்று சாமாரே கூறுகிறார்.

பர்மாவின் இத்தகைய இனக்குழுக்களுடன் உள்ள பிரச்னையை அந்த நாட்டின் ஒற்றுமைக்கு உட்பட்டு, அமைதியாக பேச்சு

வார்த்தை மூலம் தீர்க்கவேண்டுமென்று அந்நாட்டின் பிரபல ஜனநாயக இயக்கத் தலைவரான சூ கீ கருதுகிறார்.

பர்மாவில் ராணுவ ஆட்சிக்கு முடிவு கட்டப்பட்டு ஜனநாயக முறையிலான ஆட்சி அமையுமானால், இத்தகைய இனக்குழுக்களுடன் உள்ள பிரச்னைகள் பேச்சுவார்த்தை மூலம் தீர்த்துக் கொள்ளப்பட்டு பர்மாவின் ஒற்றுமை காப்பாற்றப்பட முடியும்.

நீ வின், தனது ராணுவத்தைக் கொண்டு இந்த இனக் குழுக்களை ஒழித்துவிட முயற்சி மேற்கொண்டார். ஆனால், அது வெற்றி பெறவில்லை. 1987 ம் ஆண்டில் இந்தச் சிறுபான்மை இனக் குழுக்கள் ஓர் அறிவிப்பை வெளியிட்டன. அதன்படி பழைய சமஷ்டி அரசியல் சட்டத்தை மாற்றி அமைத்தால், தனியாகப் பிரிந்து போவதென்ற தங்களுடைய கோரிக்கைகளைக் கைவிடுவதாக அறிவித்தன. இந்த இனக் குழுக்களைச் சேர்ந்தவர்கள் தேசிய ஜனநாயக முன்னணி என்ற குடையின் கீழ் அணிதிரண்டு வருகின்றனர். இந்த 40 வருஷப் பிரச்னைக்கு அரசியல் தீர்வு காண்பது மூலமே ஒரு முடிவு காண இயலும். ராணுவ பலத்தின் மூலம் எவ்விதத் தீர்வும் ஏற்பட இயலாது என்பதே உண்மை.

16. இந்திய - பர்மிய உறவுகள்

இந்தியாவை ஆண்டு வந்த ஆங்கிலயர்கள் பர்மாவைப் பிடித்ததும் அதை இந்தியாவின் ஒரு பகுதியாக மாற்றினார்கள். பர்மாவின் மன்னர் மகாராஷ்டிர மாநிலத்தில் சிறை வைக்கப்பட்டார். அதைத் தொடர்ந்து, ஆங்கிலேயர்களைத் தீவிரமாக எதிர்த்துப் போராடி வந்த இந்தியாவின் கடைசி முகலாய மன்னர் பகதூர் ஷா டில்லியில் சிறைப்பிடிக்கப்பட்டு குடும்பத்துடன் பர்மாவுக்குத் கொண்டு செல்லப்பட்டார். அங்கேயே அவர்கள் மரணமடைந்தனர்.

அதற்குப் பின் 1906-ம் ஆண்டில் பிரபல காங்கிரஸ் தலைவரான பால கங்காதர திலகருக்கு ஆங்கிலேய நீதி மன்றம் ஆறு வருஷ கடுங்காவல் தண்டனையை விதித்த பொழுது அவர் பர்மாவிலுள்ள மாண்டலே சிறைச்சாலைக்கு கொண்டு செல்லப்பட்டார். தண்டனைக் காலம் கழித்துதான் அவர் இந்தியா திரும்ப முடிந்தது. இந்தியாவின் அறிவுஜீவிகளும் சுதந்தரப் போராட்ட இயக்கமும், பர்மிய மக்களின் மீது பெரும் தாக்கத்தைச் செலுத்தின. அதேபோல் இந்தியாவின் சமூக சீர்திருத்தவாதிகள், கலைஞர் கள், கவிஞர்கள் ஆகியோரும் பர்மிய மக்களின் மீது பெரும் தாக்கத்தைச் செலுத்தினர். விவேகானந்தர்,

ரவீந்திரநாத் தாகூர், மகாத்மா காந்தி, ஜவகர்லால் நேரு போன்றோர் பர்மிய மக்களிடையே மிகவும் பிரபலமானவர்களாக விளங்கினர்.

பர்மாவிலிருந்து ஏராளமான மாணவர்கள் கொல்கத்தாவுக்கு மேற்படிப்புக்காக வந்தனர். ரங்கூன் சர்வகலாசாலை, கல்கத்தா சர்வகலாசாலையுடன் இணைக்கப்பட்டது. இந்தப் புதிய அறிவுஜீவிகள், இந்தியாவின் சுதந்தரப் போராட்ட இயக்கத்தை பர்மாவில் தெரியச் செய்தனர்.

மகாத்மா காந்தி 1929 ம் ஆண்டு மார்ச் மாதத்தில் பர்மாவுக்கு விஜயம் செய்தார். அவருடைய கொள்கையான சாத்வீகம், வன்முறையற்ற வழிமுறைகள் போன்றவை பர்மிய மக்களிடையே மிகவும் பிரபலமாயின. பர்மாவின் இளம் தலைவரான ஆங் ஸான் காந்திஜியைப் பெரிதும் மதித்தவர்; காந்திய வழிமுறைகளால் கவரப்பட்டவர். இன்று அவருடைய மகள் சூ கீ அதே காந்திய வழிமுறைகளின் தீவிர ஆதரவாளர்.

1920 ம் ஆண்டுகளிலிருந்தே இந்தியாவில் சுதந்தரப் போராட்டம் தீவிரமாக நடை பெற்று வருவதையும், அது விரைவில் தனது கையை விட்டுப் போய்விடக் கூடுமென்பதையும் கண்ட ஆங்கில அரசாங்கம், பர்மாவும் தனது கையைவிட்டுப் போய்விடக் கூடாது என்பதற்காக ஒரு நாடகம் ஆடியது. 1937-ம் ஆண்டில் பர்மாவை இந்தியாவிலிருந்து பிரித்தது. அதற்கு இந்தியாவின் மாகாண சட்டசபைகளைப் போன்று ஒரு சட்டசபை உருவாக்கப்பட்டது.

17. ஜனநாயகப் போரில் புத்த பிட்சுகள்

பர்மா, ஆங்கிலேயர்களின் ஆதிக்கத்திலிருந்த பொழுது, அதன் விடுதலையைக் கோரி புத்த பிட்சுகள் மேற்கொண்ட போராட்டங்கள் முக்கிய மானவை.

பர்மிய மக்களில் மிகப்பெரும்பாலோர் பின்பற்று வது புத்த மதமேயாகும். பர்மாவின் சமூக வாழ்வில் புத்த மடாலயங்களுக்கும் புத்த பிட்சுகளுக்கும் பெரும் மதிப்பு உண்டு. அரசியலில் அவர்களுடைய தீவிரப் பங்கேற்பு என்பது 1921-ம் ஆண்டு முதல் தொடங்கியது.

அந்த ஆண்டில்தான் ஊ ஒட்டாமா (U Ottama) என்ற பெயர் கொண்ட புத்த பிட்சு இந்தியாவில் கல்வி பயின்று பர்மாவுக்குத் திரும்பினார். இந்தியாவில் இருக்கும்பொழுது காந்தியவகை போராட்ட முறை களினால் பெரிதும் கவரப்பட்ட அவர், பர்மா நாடு காலனி ஆதிக்கத்திலிருந்து விடுபட்டு சுதந்தர நாடாக வேண்டுமென்றால் அது காந்திய முறை யிலான போராட்ட வடிவங்களைப் பின்பற்ற வேண்டுமென்று கருதினார். தேசிய உணர்வு சுதந்தரம் போன்ற அம்சங்களை, புத்தமதப் பிரச்னை களோடு இணைத்தார். அனல் கக்கும் பிரசங்கியும்,

கலாச்சாரத்தைப் பற்றிய அவருடைய பிரசாரமானது பர்மிய மக்களைப் பெரிதும் கவர்ந்திருந்தது. ஏராளமான இளம் புத்த பிட்சுகள், அரசியல் சக்திபெற்று தேசிய மனோபாவம் கொண்ட போராளிகள். பர்மிய சுதந்திரப் போராட்ட ஆர்ப்பாட்டங்களிலும், அரசியல் கூட்டங்களிலும் அவர்கள் மிகப் பெரும் எண்ணிக்கையில் கலந்து கொண்டனர்.

ஒரு நூற்றாண்டின் செயல்பாடுகள் ஏகாதிபத்திய எதிர்ப்பு இயக்கத்தை, தீவிர மனோபாவம் கொண்ட இயக்கமாக்கியது. புத்த மதக் கோட்பாடுகளைத் தங்கள் வாழ்வின் நியதியாகக் கொண்டிருந்த பர்மிய தேசியவாதிகள் சோசலிஸ கருத்து குறித்து அறிவதிலும் ஆர்வமாக இருந்தனர்.

பா ஸ்வே (Ba Swe) என்ற பர்மா சோசலிஸ்ட் கட்சியின் தலைவர்களில் ஒருவர் 1950 ம் ஆண்டுகளின் துவக்கத்தில் 'பர்மியப் புரட்சி' (The Burmese Revolution) என்ற நூலை எழுதினார். அதில் அவர் 'மார்க்சியக் கோட்பாடு எனது புத்தமத தத்துவத்துக்கு விரோதமானதல்ல. வெளிப்படையாகச் சொல்வதென்றால் அவை இரண்டும் ஒரே மாதிரியானவை என்பது மட்டுமல்ல, உண்மையில் அவை இரண்டும் ஒருமித்த கருத்து உடையவை தான்!' என்றுக் குறிப்பிட்டிருந்தார்.

பா யின் (Ba Yin) என்ற முன்னாள் கல்வி அமைச்சர் தன்னுடைய பிரசாரம் ஒன்றில் 'மார்க்ஸ், நேரிடையாகவோ மறைமுகமாகவோ புத்தரினால் ஆகர்ஷிக்கப்பட்டிருக்கக் கூடும்!' என்று குறிப்பிட்டிருந்தார்.

புத்த பிட்சுகள் பர்மாவின் பிரதான தேசியக் கட்சியாகிய 'பாசிச எதிர்ப்பு மக்கள் சுதந்திரக் கழகம்' நடத்திய போராட்டங்களில், ஆர்ப்பாட்டங்களில் பங்கெடுத்தனர். புத்தபிட்சுகள் இந்தப் போராட்டங்களில் கொல்லப்பட்ட பொழுது, பர்மாவின் மக்களிடையே அது பெரும் கோபக்கனலை மூட்டி, தேசிய உணர்வை முன்னிலும் அதிகமாக கொழுந்துவிட்டெரியச் செய்தது.

1920 ம் ஆண்டுகளில் இந்தியாவின் தேசிய இயக்கம் மிகப்பெரும் இயக்கமாக உருவெடுக்கத் தொடங்கிய பொழுது, இனி அதிக நாள் இந்த நாட்டை அடிமைப்படுத்தி வைப்பது சிரமம் என்றுணர்ந்த ஆங்கிலேய ஏகாதிபத்தியம், பர்மாவிலும் இந்த உணர்வு பரவிவிடக் கூடாதென்பதற்காக அதை, இந்தியாவில்

இருந்து பிரித்துவிடத் திட்டம் தீட்டினர். புத்த பிட்சு ஒட்டமா இந்த முயற்சியைக் கடுமையாக எதிர்த்தார்.

1927-ம் ஆண்டு சென்னையில் நடைபெற்ற இந்திய தேசிய காங்கிரஸ், இது குறித்து ஒரு தீர்மானத்தையும் நிறைவேற்றியது. பர்மாவை இந்தியாவிலிருந்து பிரிக்கக் கூடாதென்று அந்தத் தீர்மானம் கோரியது.

ஆங்கிலேய அரசாங்கம், சுதந்தரப் போராட்ட வீரர்களை இந்தியாவில் சிறையிலடைத்தது போன்றே பர்மாவிலும் செய்தது. ஏராளமான புத்த பிட்சுகள் சிறையிலடைக்கப்பட்டனர். 1929-ம் ஆண்டில் சிறையில் உண்ணாவிரதமிருந்த 'போங்கி விஜயா' (Phongy Vijaya) என்ற புத்தபிட்சு, 164 நாள்கள் உண்ணாவிரதமிருந்து ஆகஸ்ட் 19-ம் தேதி காலமானார். உலகில் மிக அதிக நாள்கள் உண்ணாவிரதமிருந்து உயிர் நீத்தது இந்த பிட்சுவாகத்தான் இருக்கும்.

பர்மிய மக்களிடையில் புத்த பிட்சுகளுக்குள்ள செல்வாக்கை நன்கறிந்த நீ வின், 1962-ம் ஆண்டில் அதிரடிப் புரட்சியின் மூலம் அதிகாரத்தைக் கைப்பற்றிக் கொண்ட பின், புத்த பிட்சுகளுக்கும், புத்த மடாலயங்களுக்கும் பெரும் மரியாதை செய்வது போல் நடிக்கத் தொடங்கினார். ஆனால் அவருடைய சாகசம் வெகுநாள் நீடிக்கவில்லை.

நீ வின்னுடைய ராணுவ ஆட்சிக்கெதிராக மாணவர் இயக்கம் பர்மாவில் வலுப்பெறத் தொடங்கியபோது, புத்த பிட்சுகளும் ஆதரவளிக்கத் தொடங்கினர்.

1974-ம் ஆண்டில் பர்மிய மக்களின் மதிப்புக்குரியவரும் ஐக்கிய நாடுகள் சபையின் முன்னாள் பொதுச் செயலாளருமாயிருந்த ஊ தாண்ட் மரணமடைந்தபொழுது, பர்மிய ராணுவ அரசாங்கம் அவரது உடலை ஒரு சாதாரண இடுகாட்டில் அடக்கம் செய்ய முயன்றது. இதைக் கண்டு மாணவர்களும், புத்த பிட்சுகளும் குமுறினர். ரங்கூன் சர்வகலாசாலை மாணவர்கள் ஊ தாண்ட் உடலை சர்வகலாசாலை வளாகத்துக்குள்ளேயே வைத்துக் கொண்டு ராணுவ ஆட்சியாளர்களிடம் அதைத் தர முடியாதென்றனர். இறுதியில் ராணுவம் உள்ளே புகுந்து, ஒடுக்குமுறையைக் கட்டவிழ்த்து விட்டு ஊ தாண்ட் உடலை எடுத்துச் சென்றது.

1980-ம் ஆண்டுகளில் ஜனநாயக இயக்கம் பர்மாவில் மிகப் பலமாக உருவெடுத்து மக்களை ஈர்த்தபோது, புத்த பிட்சுகள்,

குறிப்பாக இளம் பிட்சுகள் அதில் தீவிரப் பங்கெடுத்தனர். 1988-ம் ஆண்டு அக்டோபர் மாதத்தில், ராணுவ ஆட்சியாளர்கள் மடாலயங்களைச் சோதனையிட்டு, இளம் பிட்சுகளைக் கைது செய்து சிறையிலடைக்கவும் தொடங்கினர். 'இளம் பிட்சுகள் கழகத்தைச் சேர்ந்தவர்கள் (Young Monks Association) உள்ளிட்ட 200 க்கும் அதிகமான பிட்சுகளைக் கைது செய்தனர். நூற்றுக் கணக்கான இளம் பிட்சுகள், கிராமப் புறங்களிலுள்ள தங்கள் இல்லங்களுக்குச் சென்றுவிட்டனர்.

1988-ம் ஆண்டு ஆகஸ்ட் மாதத்தில் மாணவர் கிளர்ச்சி ரத்த வெள்ளத்தில் ஆழ்த்தப்பட்ட போது பல புத்த பிட்சுகள் அதில் உயிரிழந்தனர். இந்தச் சம்பவத்துக்குப் பின், பிட்சுகளுக்கும் ராணுவ ஆட்சியாளருக்குமிடையே பெரும் பகை மூண்டது.

மாணவர் கிளர்ச்சியின் இரண்டாவது நினைவு நாள் 1989-ம் ஆண்டு ஆகஸ்ட் மாதத்தில் அனுஷ்டிக்கப்பட்ட பொழுது, பல இடங்களில் பிட்சுகளுக்கும் ராணுவத்தினருக்குமிடையே மோதல் நடை பெற்றது. மாண்டலே நகரிலுள்ள பிரசித்தி பெற்ற 'மாய்ன்தல்யா புத்தர் கோவிலைச் சுற்றிலும் இரும்புக் கம்பிகளைக் கொண்டு தடுப்பு வேலி அமைக்கப்பட்டது. ராணுவத்தினர் கோயிலைச் சூழ்ந்துள்ள நிலையில், புத்த பிட்சுகள் உள்ளிருந்து கொண்டு வெண்கற்களை வீசினர்.

8-ம் தேதியன்று காலையில், மாணவர்களும் பிட்சுகளும் ஆர்ப்பாட்டம் நடத்தினர். ராணுவம் குறுக்கிட்டதைத் தொடர்ந்து இரு தரப்புக்குமிடையே மோதல் எழுந்தது. ராணுவத்தினர் துப்பாக்கி மூலம் ஆர்ப்பாட்டக்காரர்களை குறிவைக்கத் தொடங்கியபோது ஒரு புத்த பிட்சு குறுக்கிட்டு, ராணுவத்தினர், மக்களை ஆக்கிரமுட்ட வேண்டாமென கேட்டுக்கொள்ள முயற்சி செய்தார். ஆனால் அவர் குண்டடிபட்டு காயமுற்றார். மேலும் 14 ஆர்ப்பாட்டக்காரர்களுக்கு பலத்த காயங்கள் ஏற்பட்டன.

இதனால் கோபமடைந்த பிட்சுகள் ராணுவத்திடமிருந்தோ அவர்களது குடும்பத்தினரிடமிருந்தோ பிக்ஷை பெறுவதில்லை என்றும், அதேபோல் ராணுவத்தினருக்கு தீட்க்ஷை (Ministering) அளிப்பதில்லை என்றும், அவர்கள் குடும்பத்தினருக்கோ இறுதிச் சடங்குகளுக்கோ தலைமை வகிப்பதில்லை என்றும் முடிவு செய்தனர்.

இதன் காரணமாக ராணுவ ஆட்சியாளர்கள் புத்த பிட்சுகள் மீது பழி சுமத்த ஆரம்பித்தனர். புத்த மடாலயங்களில் கம்யூனிஸ்ட் பிரசாரப் பிரசுரங்கள் ஏராளமாகக் குவிந்திருப்பதாகவும், புத்த பிட்சுகள் ஏராளமாக ஆபரணங்கள், பயங்கர ஆயுதங்களை வைத்திருப்பதாகவும் கூற ஆரம்பித்தனர். ஆனால், பர்மிய மக்கள் மத்தியில் அந்தப் பிரசாரம் எடுபடவில்லை.

ஜனநாயகத்தைக் காக்கும் போரில் ஈடுபட்டுள்ளதற்காக, இரண்டாண்டு காலத்துக்கு மேல் வீட்டுக் காவலில் எவ்விதத் தகவல் தொடர்புமின்றி வைக்கப்பட்டுள்ள சூ கீக்கு 1991-ம் ஆண்டுக்கான 'நோபல் சமாதான பரிசு' வழங்கப்பட்டது. நோபல் சமாதான பரிசுக் குழுவின் அறிக்கை பின்வருமாறு கூறியது:

'நார்விய நோபல் பரிசுக் குழுவானது - 1991-ம் ஆண்டுக்குரிய சமாதானத்துக்கான நோபல் பரிசை பர்மாவின் ஆங் ஸான் சூ கீக்கு ஜனநாயகம் மற்றும் மனித உரிமைகளுக்கான அவருடைய வன்முறையற்ற போராட்டத்துக்காக வழங்குவதென்று தீர்மானித்துள்ளது.

'பர்மாவின் விடுதலைப் போராட்ட தலைவர் ஆங் ஸானின் மகளான ஆங் ஸான் சூ கீ, ஆரம்பத்திலிருந்தே வன்முறையற்ற எதிர்ப்பில் நம்பிக்கை கொண்டிருந்தார். காந்திய தத்துவத்தில் ஆர்வம் கொண்டிருக்கிறார். அரசியல் நடவடிக்கையில் ஈடுபடுவதிலிருந்து நீண்ட காலமாக ஒதுங்கியிருந்த அவர் 1988-ம் ஆண்டில், பர்மாவில் தேசியச் சுதந்தரத்துக்கான இரண்டாவது போராட்டத்தில் தம்மை ஈடுபடுத்திக் கொண்டார்.

மிருகத்தனமான ஒடுக்குமுறையின் சின்னமாக விளங்கும் ஒரு அரசாங்கத்தை எதிர்ப்பதற்காக வன்முறையற்ற வழிமுறைகளைப் பின்பற்றும் ஜனநாயக எதிர்க்கட்சியின் தலைவராக அவர் விளங்குகிறார். அவருடைய நாட்டில் கூர்மையாகப் பிளவுபட்டுள்ள பிராந்தியங்களுக்கிடையிலும் இனக்குழுக்களுக்கு இடையிலும் சமரசம் செய்யப்பட வேண்டுமென்ற தேவையையும் அவர் வலியுறுத்துகிறார். 1990-ம் ஆண்டு மே மாதத்தில் நடைபெற்ற தேர்தல், எதிர்க்கட்சிக்கு திட்டவட்டமான வெற்றியை அளித்துள்ளது. ஆட்சியாளர்கள் தேர்தல் முடிவுகளைப் புறக்கணித்து விட்டனர். சூ கீ நாட்டைவிட்டு வெளியேற மறுத்து விட்டார். அதிலிருந்து அவர் கடுமையான வீட்டுக் காவலில் வைக்கப்பட்டுள்ளார்.

'சூ கீயின் போராட்டமானது சமீப பத்தாண்டுகளில், ஆசியாவில் மக்கள் துணிவின் மிகவும் அதி விசேஷமான உதாரணங்களில் ஒன்றாகும். ஒடுக்குமுறைக்கு எதிரான போராட்டத்தில் ஒரு முக்கியமான சின்னமாக அவர் விளங்குகிறார்.

'1991 ம் ஆண்டுக்கான நோபல் சமாதான பரிசை ஆங் ஸான் சூ கீக்கு வழங்குவதன் மூலம், நோபல் சமாதான பரிசுக் குழுவானது இந்தப் பெண்மணியின் குன்றா முயற்சிகளை பெருமைப்படுத்த விரும்புகிறது; அத்துடன் சமாதான வழிமுறைகளின் மூலம், ஜனநாயக மனித உரிமைகள் மற்றும் இனக் குழு சமரசம் ஆகியவைகளை ஏற்படுத்த உலகம் முழுவதும் பாடுபட்டுக் கொண்டிருக்கக்கூடிய பலருக்கும் தன்னுடைய ஆதரவைத் தெரிவிப்பதற்காகவும் இது வழங்கப் படுகிறது.'

நோபல் பரிசு வழங்கும் விழாவில் சூ கீ பங்கேற்க முடியாமல் போனதால், அவரது புதல்வர்கள் இருவரும் தங்கள் தாயின் சார்பாக அப்பரிசைப் பெற்றுக்கொண்டனர். அந்த விழாவில் பேசிய நோபல் அமைதிப் பரிசளிப்புக் குழுவின் தலைவர் பிரான்சிஸ் செஜெஸ்டட் (Francis Sejested) ஆங் ஸான் சூ கீ குறித்துக் கூறும்பொழுது, 'அவர் சக்தியற்றவர்களின் சக்தியாகத் திகழும் மிகச் சிறந்த உதாரணம்!' என புகழ்ந்துரைத்தார்.

பரிசுப் பணமான 1.3 லட்சம் அமெரிக்க டாலர்கள், பர்மிய மக்களின் ஆரோக்கியம் மற்றும் கல்விக்கான அறக்கட்டளை நிறுவுவதற்குப் பயன்படுத்தப்படும் என்று சூ கீ அறிவித்தார்.

அதே ஆண்டு ஜூலை மாதத்தில், சூ கீக்கு சகாரோவ் மனித உரிமைகள் பரிசினை வழங்குவதாக ஐரோப்பிய நாடாளுமன்றம் அறிவித்தது.

1993 ம் ஆண்டில், அமைதிக்கான நோபல் பரிசு பெற்றவர்களின் குழு ஒன்று ஆங் ஸான் சூ கீயைச் சந்திக்க விரும்பியது. ஆனால் மியான்மர் அரசாங்கம் அதற்கு அனுமதி தர மறுத்ததால், அந்தக் குழுவினர் தாய்லாந்து நாட்டின் எல்லையில் அடைக்கலம் புகுந்திருந்த மியான்மர் அகதிகளைச் சந்தித்துப் பேசியதோடு சூ கீயை விடுதலை செய்ய வேண்டுமென்றும் கோரியது. இந்தக் கோரிக்கை, ஜெனீவாவில் உள்ள

மனித உரிமைகளுக்கான ஐ.நா. குழுவின் முன்பும் மீண்டும் எழுப்பப்பட்டது.

ஆங் ஸான் சூ கீ விடுதலை செய்யப்படவேண்டும் என்னும் கோரிக்கை உலகம் முழுவதும் ஒலிக்கத் தொடங்கியது.

1994-ம் ஆண்டு பிப்ரவரி மாதத்தில் சூ கீயை ஐ.நா. சபை பிரதி நிதியும், பின்னர் செப்டம்பர் மாதத்தில் 'நியூயார்க் டைம்ஸ்' ஏட்டின் பத்திரிகையாளரும் சந்திக்க அனுமதிக்கப்பட்டனர்.

18. கணவர் மரணம்

1999ம் ஆண்டு மார்ச் 27ம் தேதியன்று மைக்கேல் ஏரிஸ், லண்டனில் புற்றுநோயினால் காலமானார். இது சூ கீக்கு, தாங்க முடியாத வேதனையாக இருந்தது.

அவரது துயரமிக்க இறுதி நாள்களில் அருகிலிருந்து அவருக்கு உதவ முடியவில்லையே என்ற மன வேதனை சூ கீயை வாட்டி வதைத்தது. என்றாலும் அதற்காகத் தான் தலைமை தாங்கி நடத்தி வரும் ஜனநாயகப் போரைக் கைவிட்டு லண்டன் செல்ல அவர் விரும்பவில்லை. அவர் விரும்பியிருந்தால் லண்டனுக்குச் செல்ல மியான்மர் ராணுவ ஆட்சியாளர்கள் அவரை அனுமதித்திருப்பார்கள். ஆனால், அவர் மீண்டும் திரும்பி வர நிச்சயம் அனுமதிக்கமாட்டார்கள் என்பதால் சூ கீ, தன் மனத்தைக் கல்லாக்கிக் கொண்டார்.

மைக்கேல் ஏரிஸ் 1995-ம் ஆண்டு கிறிஸ்துமஸ் சமயத்தில்தான் சூ கீயை இறுதியாகச் சந்தித்தது. அதன்பின் அவருக்கு அனுமதி மறுக்கப்பட்டது.

புற்றுநோய் முற்றிய நிலையில் மைக்கேல் ஏரிஸ், இறுதியாகத் தன் மனைவியைக் காண அனுமதிக்க

வேண்டுமென மியான்மர் அரசாங்கத்துக்கு மனு அனுப்பினார். ஆனால், அந்த சர்வாதிகார அரசாங்கம் அவரது வேண்டு கோளை நிராகரித்தது.

சிகிச்சை பலனின்றி மைக்கேல் ஏரிஸ் மார்ச் மாதம் 27-ம் தேதி காலமானார். அவரது புதல்வர்கள் இருவரும் தந்தையின் இறுதி நிகழ்ச்சிகளை நடத்தினர். ஏற்கெனவே தாயைக் காண அனுமதிக்கப்படாமல் இருந்த அவ்விரு புதல்வர்களுக்கும் தந்தையே தாயும், தந்தையுமாக இருந்தார். அத்தகையதொரு பாசமிக்க தந்தையை இழந்தது அவ்விரு இளைஞர்களையும் சொல்ல இயலாத துயரத்தில் ஆழ்த்தியது.

கணவர் ஏரிஸின் மறைவை சூ கீ துணிவுடன் தாங்கிக் கொண் டார். மியான்மர் நாட்டு மக்களுக்கான தியாகமாக இந்தப் பேரிழப்பை அவர் ஏற்றுக்கொண்டார்.

19. உயரும் புகழ்

தொடர்ந்து பல ஆண்டுகளாக வீட்டில் தனிமைக் காவலில் வைக்கப்பட்டுள்ள ஆங் ஸான் சூ கீயை விடுதலை செய்யக் கோரி, ஐக்கிய நாடுகள் சபையும் உலக நாடுகள் பலவும் தொடர்ந்து வேண்டுகோள் விடுத்து வருகின்றன. ஆனால், எவரையும் மதிக்கத் தயாராக இல்லை மியான்மரின் ராணுவ ஆட்சியாளர்கள்.

இரண்டாயிரம் ராணுவத்தினர் காவல் காக்க, பெரிய பங்களாவில் வாழ்ந்து கொண்டிருக்கும் மியான்மரின் சூத்திரதாரி நீ வின், தனது கையாளான ராணுவ சர்வாதிகாரி மூலம் மியான்மரின் ஜனநாயக இயக்கத்தின் மீது தொடர்ந்து தாக்குதல் தொடுத்து வருகிறார். சூ கீயை அவரது குடும்பத்தினரிடமிருந்தும், நாட்டு மக்களிடமிருந்தும் பிரித்து வைப்பதன் மூலம், அவரது உறுதியைச் சிதைத்து, அந்த இயக்கத்தையே ஒழித்து விடலாம் என்பது நீ வினின் நம்பிக்கை. ஆனால், இந்த நம்பிக்கை இன்றுவரையில் கானல்நீராகவே உள்ளது.

தொடர்ந்து வீட்டுக் காவலில் வைக்கப்பட்டிருந்த சூ கீ, ஐ.நா. சபையின் நிர்ப்பந்தத்தால் 2002-ம் ஆண்டு மே மாதம் 6-ம் தேதி விடுவிக்கப்பட்டார்.

'நாட்டுக்கு ஒரு புதிய விடிவு காலம்' வந்து விட்டது என்று அனை வரும் மகிழ்ச்சியுடன் துள்ளிக் குதித்தனர். அட! அரசாங்கத்துக்கு திடீரென்று இத்தனை தாராள குணம் வந்துவிட்டதே என்று சூ கீ கூட திகைத்துப் போனார்!

ஆனால், மே 2003-ல் நடைபெற்ற ஒரு சம்பவம் அந்த நம்பிக்கையைச் சிதறடித்து விட்டது. சூ கீயின் பயணக் குழு தேபாயின் (Depayin) என்ற கிராமத்தைக் கடக்கும்பொழுது, அரசாங்கத்தால் தூண்டிவிடப்பட்ட ஒரு கும்பல், சூ கீயின் ஆதரவாளர்கள் மீது வன்முறைத் தாக்குதல் தொடுத்து பலரைக் கொன்றது; பலரை படுகாயப்படுத்தியது. சூ கீ தனது வாகன ஓட்டுனர் உதவியால் தப்பியோடினார். இல்லையென்றால் அவரும் கொல்லப்பட்டிருப்பார்.

ஆனால், வரும் வழியிலே அவர் கைது செய்யப்பட்டு ரங்கூனில் உள்ள இன்செய்ன் சிறையில் (Insein Prison) அடைக்கப்பட்டார். அதே ஆண்டு செப்டம்பர் மாதத்தில் அவருக்கு வயிற்றில் ஒரு அறுவை சிகிச்சை செய்யப்பட்டது. அதற்குப் பிறகு, வழக்கம் போல சூ கீ வீட்டுக் காவலில் வைக்கப்பட்டார்.

2004-ம் ஆண்டு மார்ச் மாதத்தில் ஐ.நா. சபையின் சிறப்புத் தூதர் ரஸா இஸ்மாயில், சூ கீயைச் சந்தித்துப் பேசினார். அதற்கடுத்த ஆண்டில் சூ கீயைக் காண அவருக்கு ராணுவ ஆட்சியாளர்கள் அனுமதி மறுத்ததால், அவர் தன் பதவியை ராஜினாமா செய்தார்.

சூ கீயின் சுதந்தரத்தைப் பறித்துள்ளது ஒருதலைபட்சமானது என்றும் அது 1948-ம் ஆண்டின் சர்வதேச மனித உரிமைகள் பிரகடனத்தின் ஷரத்து 9-ஐ மீறுவதாகும் என்றும் ஐ.நா. சபையின் குழு கண்டித்தது. அத்துடன், சூ கீயை மியான்மர் அரசாங்கம் உடனடியாக விடுதலை செய்ய வேண்டும் என்றும் கேட்டுக் கொண்டது. ஆனால், ராணுவ ஆட்சியாளர்கள் இந்த வேண்டு கோளை நிராகரித்தனர்.

2005-ம் ஆண்டு நவம்பர் 28-ம் தேதி, சூ கீயின் வீட்டுக்காவல் மேலும் ஒரு வருஷத்துக்கும் நீடிக்கப்பட்டது. ஐந்தாண்டுக் காலம் எவரொருவரும் விசாரணையின்றி காவலில் வைக்கப்படலாம் என்ற 1975-ம் ஆண்டின் அரசாங்கப் பாதுகாப்புச் சட்டத்தின் கீழ் சூ கீ காவலில் வைக்கப்பட்டார்.

ஐ.நா. சபையின் பொதுச் செயலாளர் கோபி அன்னான், ராணுவ சர்வாதிகாரிக்கு அனுப்பிய நேரடி வேண்டுகோளும் உதாசீனப் படுத்தப்பட்டது.

சூ கீயின் உறுதிமிக்க போராட்டமும், தலை வணங்கா போக்கும் அவருக்கு உலகம் முழுவதிலும் பெரும் பாராட்டுதல்களைப் பெற்றுத் தந்துள்ளது. அயர்லாந்து நாட்டின் யூ.2 என்ற இசைக் குழு, சூ கீயைப் பற்றிய பாடல் தொகுப்பை ஒலிப்பேழையில் வெளியிட்டு அதை அவருக்கு அர்ப்பணித்துள்ளது. ஆனால் மியான்மர் ராணுவ ஆட்சியாளர்கள் தங்கள் நாட்டுக்குள் அந்த ஒலிப்பேழையைத் தடை செய்துள்ளனர்.

2005 ம் ஆண்டு ஜூன் 19 மற்றும் ஜூன் 21-ம் தேதிகளில் லண்டனிலும் கிளாஸ்கோ நகரிலும் நடைபெற்ற இசை நிகழ்ச்சிகளில், பல பாடல்கள் அவருக்கு அர்ப்பணிக்கப்பட்டு பாடப்பட்டன. பல கலைஞர்கள், சூ கீயின் போராட்டத்துக்கு தங்கள் ஆதரவினை நல்கியுள்ளனர். எம்.டி.வி. ஐரோப்பா இசைப் பரிசுகளில் (MTV Europe Music Awards) 'உங்கள் மனத்தை விடுதலை செய்யுங்கள்' என்ற பரிசை சூ கீக்கு அளித்தது.

ஜூன் 19, 2005. சூ கீயின் 60 வது பிறந்த நாளின்போது பல நாடுகளில் மியான்மர் தூதரகம் முன்பு கண்டன ஆர்ப்பாட்டங்கள் நடத்தப்பட்டன. இவை சர்வதேச அளவில் செய்தித்தாள்களில் பிரசுரம் செய்யப்பட்டது.

இயக்குனர் ஜான் பூர்மன் (John Boorman) தயாரித்த 'ரங்கூனுக்கு அப்பால்' என்ற திரைப்படத்தில் சூ கீ பிரதானமாக சித்திரிக்கப் பட்டிருந்தார்.

'கருத்து' (Idea) மற்றும் 'ஷரத்து 19' (Article 19) என்ற சர்வதேச அமைப்புகள் சூ கீயைத் தங்களுடைய குழுவில் கௌரவ உறுப்பினராகச் சேர்த்துள்ளன. இவ்விரு அமைப்புகளிடம் இருந்தும் அவர் ஆதரவைப் பெற்று வருகிறார்.

இதே ஆண்டு, 'நியூ ஸ்டேட்ஸ்மன்' சூ கீயை 'நமது காலத்தின் முதன்மையான கதாநாயகர்' என்று தேர்வு செய்துள்ளது.

மே 20 ம் தேதியன்று ஐ.நா. சபையின் உயர் தூதர் ஒருவர், சூ கீயைச் சந்தித்துப் பேச அனுமதிக்கப்பட்டார். கடந்த இரு ஆண்டுகளில் வெளிநாட்டவர் ஒருவர், சூ கீயைச் சந்திக்க

அனுமதிக்கப்பட்டது இதுவே முதன்முறையாகும். இந்தச் சந்திப்பு சூ கீயின் விடுதலைக்கு வழி வகுக்கும் என்று பல நாடுகள் நம்பின. ஆனால், அவை பொய்த்துப் போயின.

ராணுவ ஆட்சியாளர்கள் அவரை விடுதலை செய்ய மறுத்த தோடு, அவரது வீட்டுக் காவலையும் மேலும் ஓராண்டுக்கு நீட்டித்துள்ளனர்.

ஒரு நிமிடம் நினைத்துப் பாருங்கள். பேநசீர் புட்டோ, நவாஸ் ஜெரீப் இருவருமே பாகிஸ்தானின் ராணுவச் சர்வாதிகாரிகளால் நாடு கடத்தப்பட்டவர்கள்தாம். ஆனால், இவர்கள் இருவருமே இன்று சுதந்தரமாக இருக்கின்றனர். வெளிநாடுகளில் வசதி யாகவே வாழ்கிறார்கள். சூ கீ மட்டுமே சிறையில் வாடிக் கொண்டிருக்கிறார்.

மியான்மரிலிருந்து வெளியேறச் சம்மதித்தால் விடுதலை செய்து விடுவோம் என்று ஆட்சியாளர்கள் கூறியும், மியான்மரில்தான் இருப்பேன் என்று விடாப்பிடியுடன் இருக்கிறார். மியான்மர் மட்டுமின்றி உலகெங்குமுள்ள ஜனநாயகவாதிகளின் தலைவ ராகவும் இருக்கிறார். சுதந்தர வேட்கையுடன் நாட்டுக்காகப் போராடும் அனைவருக்கும் ஒரு வழிகாட்டியாகத் திகழ்கிறார்.

சூ கீ இந்த நூற்றாண்டின் மிகப் பெரிய ஆளுமை என்று சொல் வதற்கு, இதைவிடப் பெரிய காரணம் இருக்க முடியுமா?

பின்னிணைப்பு

அச்சத்திலிருந்து விடுதலை

லண்டனில் இருக்கும்பொழுதே பர்மாவின் அரசியல் நிலைமைகளையும், பர்மிய மக்களின் சிந்தனையோட்டத்தையும் ஆராய்ந்த சூ கீ அது குறித்து ஒரு கட்டுரை எழுதினார். நெஞ்சில் உயிரில்லாத மக்கள், அரசாங்கத்தின் ஒடுக்குமுறைக்கு எதிராக குரலெழுப்ப முடியாத மக்கள், எவ்வாறு உரிமைகளை இழந்து நடைப்பிணங்களாக வாழவேண்டி இருக்கிறது என்பதை இந்தக் கட்டுரையில் சூ கீ விவரித்தார். இந்தக் கட்டுரை உலகெங்கிலுமுள்ள பத்திரிகைகளில் இடம் பெற்றுள்ளது.

இந்தக் கட்டுரையும், பர்மாவைக் குறித்து சூ கீ எழுதிய வேறு சில கட்டுரைகளும் அதே போன்று சூ கீயைப் பற்றி அவருடைய நண்பர்கள் எழுதிய கட்டுரைகளும் சேர்ந்து 'அச்சத்திலிருந்து விடுதலை' (Freedom From Fear) என்ற தலைப்பில் புத்தகமாக வெளி வந்துள்ளது. அந்தப் புத்தகத்திலுள்ள 'அச்சத்திலிருந்து விடுதலை' என்ற தலைப்பிலான கட்டுரையிலிருந்து சில பகுதிகள் கீழே கொடுக்கப்பட்டுள்ளன.

'மக்களைக் கெடுப்பது அதிகாரம் அல்ல; அச்சம்தான். அதி காரத்தை வைத்திருப்போர்களை அதை இழந்து விடுவோமோ என்ற அச்சம் கெடுக்கிறது. அதிகாரம் வைத்திருப்போரின் கொடுமைக்கு ஆளாக்கப்பட்டு விடுவோமோ என்ற அச்சம், அந்த அதிகாரத்தினால் ஆளப்படும் மக்களைக் கெடுக்கிறது. பெரும்பாலான பர்மியர்கள் நான்கு வகையான கெடுதல்களுக்கு இலக்காகின்றனர். பேராசையினால் கெடுக்கப்படுவது என்பது, லஞ்சம் வாங்குவதற்காகவோ தனக்கு விருப்பமானவர்களின் நலனுக்காகவோ சரியான பாதையிலிருந்து பிறழ்வது என்பதாகும்.

இரண்டாவது கெடுதலானது, தனக்குப் பிடிக்காத ஒருவரைத் துன்புறுத்துவதற்காக தவறான பாதையில் செல்வதென்பதாகும். மூன்றாவது கெடுதலானது அறியாமையின் காரணமாக சரியான பாதையிலிருந்து பிறழ்வதாகும். நான்காவது, மிகவும் மோச மானதாகும். அச்சமென்று சொல்லப்படுகின்ற இந்த நாலாவது வகைக் கெடுதலானது, சரி தவறு என்பது குறித்த மனித அறிவின் குரல் வளையை நெறிப்பது மட்டுமல்ல, மெதுவாக அழித்தும் விடுகின்றது.

'இல்லையென்ற அச்சமோ நேசிக்கக் கூடிய ஒருவரின் நல்லெண்ணத்தை இழந்து விடுவோம் என்ற அச்சமோ பேராசையின் விளைவாக இருப்பதில்லை. அதைப்போல தன்னை மிஞ்சி விடுவார்களோ, அவமானப்படுத்தி விடுவார் களோ ஏதாவதொரு வழியில் காயப்படுத்தி விடுவார்களோ என்ற அச்சமானது கெட்ட எண்ணத்தின் தூண்டுகோலாக அமைகிறது. எவ்வித அச்சத்தினாலும் முடக்கப்பட்டு விடாமல் இருப்ப துடன், உண்மையைக் கடைப்பிடிப்பதற்கான சுதந்தரம் இல்லையென்றாலும் அறியாமையை நீக்குவது சிரமம்.

இவ்வாறு அச்சத்துக்கும் கெடுதலுக்குமிடையே மிகவும் நெருக்கமான உறவு இருக்கும்பொழுது, அச்சமென்பது அதிகரித்துள்ள எந்த ஒரு சமுதாயத்திலும், கெடுதல் என்பது அனைத்து வடிவங்களிலும் ஆழமாக வேர் கொண்டிருப்பதில் வியப்படைவதற்கு எதுவுமில்லை.

பர்மாவில் ஜனநாயகத்துக்கான இயக்கம் தோன்றுவதற்கு பிரதான காரணமாக இருந்தது மக்களின் அதிருப்தியும் பொருளா தார துயரங்களுமேயாகும். இது 1988-ம் ஆண்டு மாணவர்கள்

ஆர்ப்பாட்டங்களிலிருந்து வெடித்தது. வருஷக்கணக்காக பின்பற்றப்பட்ட முரணான கொள்கைகள், மடத்தனமான அதிகார பூர்வ நடவடிக்கைகள், பணவீக்கம், வருமானத்தில் ஏற்பட்ட வீழ்ச்சி ஆகிய அனைத்தும் சேர்ந்து, நாட்டில் பொருளாதார நாசத்தை ஏற்படுத்திவிட்டன.

மாணவர்கள் தங்களுடைய தோழர்களின் மரணத்துக்காக மட்டும் தங்களின் எதிர்ப்பைத் தெரிவிக்கவில்லை. சர்வாதிகார அரசாங்க மானது பயனுள்ள வாழ்க்கையை மாணவர்கள் பெறவிடாமல் தடுத்தது. எதிர்காலத்தைக் குறித்து எவ்வித நம்பிக்கையையும் தராமல், அவர்கள் வாழ்வுக்கான உரிமையைத் தட்டிப் பறித்தது. மாணவர்களுடைய எதிர்ப்பு இயக்கங்கள், பெரும்பாலான மக்களின் சோர்வுகளைத் தெளிவாகப் பிரதிபலித்ததால் அந்த ஆர்ப்பாட்டங்கள் நாடு முழுமையிலான இயக்கமாக வேகமாக வளர்ந்துள்ளது.

இந்த ஆதரவாளர்களில் சிலர் வர்த்தகர்கள். அவர்கள் தங்களை நிலைநிறுத்திக் கொள்வதற்கு மட்டுமல்ல; அமைப்பினுள் மிகவும் வளர்ச்சியடைவதற்குத் தேவையான திறமைகளையும், தொடர்புகளையும் பெற்றுள்ளனர்.

ஆனால், அவர்களுடைய செல்வாதாரச் செழிப்பானது அவர்களுக்கு எவ்வித உண்மையான பாதுகாப்பு உணர்வையோ நிறைவையோ அளிக்கவில்லை. பொருளாதார அந்தஸ்து எதுவாக இருந்தபோதிலும், தாங்களும் தங்களுடைய சக மக்களும் வாழத்தக்க ஒரு வாழ்க்கைக்குத் தேவையான போதுமான சூழ்நிலை இல்லை. எனினும் குறைந்தபட்சம் மக்களுக்கு பொறுப்பான நிர்வாகம் அவசியம் என்று அவர்கள் எண்ணுகிறார்கள். அதிகாரத்திலுள்ளோரின் உள்ளங்கை நீரைப்போலுள்ள பர்மாவின் மக்கள், சாத்வீக அச்சத்தினால் சோர்ந்துபோய் உள்ளனர்.

நாங்கள் மரகதக் குளிர்ச்சியாயிருப்போம்
உள்ளங்கை நீரைப்போல!
ஆனால், நாங்கள்
உள்ளங்கை கண்ணாடித் துண்டாகவும் ஆவோம்!

தன்னைக் கூழாக்க முயற்சிக்கும் கரங்களுக்கெதிராக தன்னைப் பாதுகாத்துக் கொள்ளும் திறன் படைத்தது கண்ணாடி. கூர்மை

யும், பளபளப்பும் உடையது. துணிச்சல் என்னும் தீப்பொறியின் பொருத்தமான உதாரணம் கண்ணாடி.

ஆங் ஸான் தன்னை ஒரு புரட்சிக்காரராகக் கருதினார். பர்மாவின் சோதனைமிக்க காலகட்டத்தில் அந்த நாட்டைச் சூழ்ந்துள்ள பிரச்னைகளுக்கான தீர்வுகளை ஓய்வு ஒழிச்சலின்றி தேடினார். துணிவை வளர்க்க வேண்டுமென்று மக்களுக்கு அவர் அறிவுறுத்தினார். மற்றவர்களின் துணிவை, அஞ்சாமையைச் சார்ந்திருக்க வேண்டாம். துணிவும் அஞ்சாமையும் பொருந்திய ஒரு வீரனாக விளங்க, நீங்கள் ஒவ்வொருவரும் தியாகம் செய்ய வேண்டும். அதன் பின்புதான் உண்மையான சுதந்தரத்தை நாம் அனுபவிக்க இயலும்.

அளவற்ற தொழில்நுட்ப முன்னேற்றம் உள்ள இந்தக் காலத்தில், சக்தி வாய்ந்தவர்களும் கோட்பாடு அற்றவர்களும் அந்த ஆயுதங்களைப் பயன்படுத்தி பலவீனமானவர்கள் மீதும் நிராதரவானவர்கள் மீதும் ஆதிக்கம் செலுத்துகின்றனர். தேசிய அளவிலும், சர்வதேச அளவிலும் அரசியலுக்கும் நீதிநெறிக்கும் இடையே மிகவும் நெருக்கமான ஓர் உறவு கட்டாயம் தேவைப்படுகிறது.

உணர்வுப்பூர்வ புரட்சியில்லையென்றால், பழைய சமூகத்தின் அநீதிகளை உற்பத்தி செய்துள்ள சக்திகள் தொடர்ந்து செயல்பட்டுக் கொண்டேயிருக்கும். இது சீர்திருத்தம் மற்றும் புத்துணர்வுப் போக்குகளுக்கு தொடர்ந்து வரும் ஆபத்தாகவே இருக்கும். சுதந்தர ஜனநாயகம் மற்றும் மனித உரிமைகள் வேண்டுமென்று கேட்பது மட்டும் போதுமானதல்ல. போராட்டத்தைத் தொடர்ந்து நடத்த ஒன்றுபட்ட உறுதி இருக்க வேண்டும். உண்மைகளை நிலைநிறுத்தவும், பேராசை, கெட்ட எண்ணம், அறியாமை, அச்சம் போன்ற தவறான போக்குகளை எதிர்த்துப் போராடித் தியாகங்கள் செய்யவும் தயாராக இருக்க வேண்டும்.

அடிப்படைச் சுதந்தரங்களில் மனிதர்கள் விரும்புவது தங்களுடைய வாழ்வு முழுமையானதாக, தங்கு தடையற்றதாக இருக்க வேண்டும் என்பதுதான். அரசாங்கத்தின் ஆட்டிப் படைக்கும் அதிகாரத்துக்கெதிராக உறுதியான உத்தரவாதமாக ஜனநாயக அமைப்பு பலமாக உள்ள ஒரு நாட்டை கட்டும் மக்கள், அக்கறை இன்மையிலிருந்தும் அச்சத்திலிருந்தும்

தங்களுடைய சொந்தச் சிந்தனைகளை விடுவிக்க முதலில் கற்றுக்கொள்ள வேண்டும்.

ஒருவர் தான் போதிப்பதையே எப்பொழுதும் கடைப்பிடிக்க வேண்டும். ஆங் ஸான் துணிவைத் தொடர்ந்து வெளிப்படுத்தினார். துணிவு என்று சொல்லும்பொழுது வெறும் உடல் பலமல்ல! உண்மையைப் பேசுவதற்கு, சொன்ன சொற்படி நடப்பதற்கு, விமர்சனத்தை ஏற்றுக்கொள்வதற்கு தன்னுடைய தவறுகளை திருத்திக் கொள்வதற்கு, எதிர்ப்பினரை மதிப்பதற்கு, எதிரியுடன் சிக்கலைத் தீர்க்க கலந்துரையாடுவதற்கு வேண்டிய துணிவு அவரிடம் இருந்தது.

அத்தகைய தீர்க்க துணிவுக்காகத்தான் பர்மாவில் எப்பொழுதும் அவர் நேசிக்கப்படுவார்; மதிக்கப்படுவார் வெறும் யுத்த கதாநாயகன் என்று மட்டுமல்ல! ஆனால், நாட்டின் ஆதர்ச சக்தியாகவும் மனசாட்சியாகவும் அவர் நேசிக்கப்படுகிறார் மதிக்கப்படுகிறார். மகாத்மா காந்தியை விவரிப்பதற்காக ஜவஹர்லால் நேரு பயன்படுத்திய வார்த்தைகள் ஆங் ஸானுக்கும் பொருந்தும்.

அவருடைய போதனையின் சாராம்சமானது - அச்சமின்மை மற்றும் உண்மை என்பதோடு, மக்களின் நலனை எப்பொழுதும் கருத்தில் கொண்ட இவை குறித்த நடவடிக்கையும் ஆகும்.'

அகிம்சை என்பதன் மகத்தான தூதரான காந்தியும், ஒரு தேசிய ராணுவத்தை நிறுவியவரான ஆங் ஸானும் மிகவும் வித்தியாசமான நபர்கள். ஆனால், எந்த இடத்திலும் எந்த நேரத்திலும் எதேச்சதிகாரத்தின் சவால்கள் ஒரே மாதிரியாக இருப்பது தவிர்க்க முடியாதது போல், அந்தச் சவாலைச் சந்திப்பதற்காக எழுந்துள்ள மனிதர்களின் இயற்கையான தன்மைகளும் ஒரே மாதிரியாகவே இருக்கும்.

காந்தியின் மகத்தான சாதனைகளில் ஒன்று இந்திய மக்களின் மனத்தில் அவர் துணிவைப் புகுத்தியது என்று கருதும் நேரு, ஒரு நவீன கண்ணோட்டம் கொண்ட அரசியல்வாதி. ஆனால் சுதந்திரத்துக்கான 20ம் நூற்றாண்டு இயக்கத்தின் தேவைகளை மதிப்பிடும்பொழுது, அவர் பண்டைக்கால இந்தியாவின் தத்துவத்தைத் திரும்பிப் பார்க்கும் நிலையில் இருக்கிறார். ஒரு தனி நபருக்கோ ஒரு தனி நாட்டுக்கோ மகத்தான பரிசு எதுவென்றால்

அச்சமின்மை என்பதாகும். அவ்வாறு கூறும்பொழுது இது வெறும் உடல் தைரியம் மட்டுமல்ல, அச்சத்திலிருந்து சிந்தனைக்கு விடுதலை என்பதுமாகும்.'

அச்சமின்மை என்பது ஒரு பரிசாக இருக்கலாம். ஆனால் அதை விட அரிய விஷயம், முயற்சி மூலம் பெறப்படும் துணிவு. துணிவு என்பது - பயத்தின் காரணமாக ஒரு காரியத்தைச் செய்யும் போக்குக்கு எதிரான பழக்கத்தை வளர்த்துக் கொள்வது.
